സമരചരിത്രപരമ്പര

Nadakkavu, Kozhikode, Kerala, 673011
www.insightpublica.com
e-mail: insightpublica@gmail.com
Title: **Karivellur**
(Malayalam)
Author: **Karivellur Murali**
Compiled & Edited: V. S. Anilkumar
First Edition: June 2022
Cover&Layout: kjvj@insight
Copyright © Reserved
All rights reserved
Printed and Published by
InsightinPublica Printers & Publishers Pvt. Ltd.
ISBN 978-93-90535-14-9
₹ 169

കുരി വെള്ളൂർ

കരിവെള്ളൂർ മുരളി

സമാഹരണം / സംയോജനം

വി. എസ്. അനിൽകുമാർ

എ. വി. കുഞ്ഞമ്പു

(ഏപ്രിൽ 10, 1908- ജൂൺ 8, 1980)

കരിവെള്ളൂരിന്റെ പടനായകൻ
സഖാവ് എ. വി. യുടെ ഓർമ്മകൾക്ക്
മുന്നിൽ ഈ കൃതി സമർപ്പിക്കുന്നു.

കവി, നാടകകൃത്ത്, പ്രഭാഷകൻ, സാംസ്ക്കാരിക പ്രവർത്തകൻ, ഗാനരചയിതാവ്, ചരിത്രകാരൻ.

അച്ഛൻ: കരിവെള്ളൂർ സമരനായകൻ എ. വി. കുഞ്ഞമ്പു.

അമ്മ: കേരളത്തിലെ മഹിളാപ്രസ്ഥാനത്തിന്റെ സ്ഥാപക നേതാവ് കെ. ദേവയാനി

ജീവിതപങ്കാളി: കോമളവല്ലി കെ. വി.

നൂറുകണക്കിന് കവിതകൾ, ഗാനങ്ങൾ, അറുപതോളം നാടകങ്ങൾ. കലാജാഥാ പ്രസ്ഥാനത്തിന്റെയും തെരുവ്നാടക പ്രസ്ഥാനത്തിന്റെയും പ്രമുഖനായ പ്രയോക്താവ്.

പ്രശസ്ത നാടകങ്ങൾ: *ചെഗുവേര, കുരുതിപ്പാടം, അബൂബക്കറിന്റെ ഉമ്മ പറയുന്ന, ജേക്കബ്ബ് അലക്സാണ്ടർ എന്തിന് ആത്മഹത്യ ചെയ്തു?, സംഘഗാനം, അപരാജിതരുടെ രാത്രി, അഗ്രയാനം.*

പുസ്തകങ്ങൾ: *എന്റെ ചോന്നമണ്ണിന്റെ പാട്ട്, ഒരു ധീരസ്വപ്നം, കരിവെള്ളൂർ മുരളിയുടെ കവിതകൾ, മരവും കുട്ടിയും (കവിതകൾ) ചെഗുവേര, കുരുതി പ്പാടം (നാടകങ്ങൾ) കരിവെള്ളൂർ ചരിത്രം സമരം ജീവിതം, സഹനങ്ങളുടെ പാതയിൽ ഗോപുരംപോലെ (ജീവചരിത്രം) സുമീക്കോ (നോവൽ)*

പുരോഗമനകലാസാഹിത്യസംഘം സംസ്ഥാന വൈസ് പ്രസിഡന്റ്, കേരള സംഗീതനാടക അക്കാദമി സെക്രട്ടറി.

അവാർഡുകൾ: കേരളസാഹിത്യ അക്കാദമി, കേരള സംഗീതനാടക അക്കാദമി ഫെല്ലോഷിപ്പ്, ചെറുകാട് അവാർഡ്, അബുദാബി ശക്തി അവാർഡ്, മുല്ലനേഴി അവാർഡ്, വി. സാംബശിവൻ അവാർഡ്, കെ. എസ്. കെ. തളിക്കുളം അവാർഡ്, എം. പി. കുമാരൻ അവാർഡ്, ഇ. കെ. അയമു അവാർഡ്, ഒ. കെ. കുറ്റിക്കോൽ അവാർഡ്, പി. കെ. നാരായണൻ മാസ്റ്റർ അവാർഡ്, ഇലവുംമൂട്ടിൽ ശിവരാമപിള്ള അവാർഡ്.

വിലാസം: സങ്കേതം, തളിയിൽ, കല്യാശ്ശേരി PO, കണ്ണൂർ 670562

മൊബൈൽ: 9847020166

കരിവെള്ളൂർ മുരളി

കേരളം ഉണ്ടായത്

കേരളം ഉണ്ടായത് എങ്ങനെയെന്ന ചോദ്യത്തിന് ഒരൊറ്റ ഉത്ത രമേയുള്ളൂ; രക്തരൂഷിത സമരത്തിലൂടെ. സ്വാതന്ത്ര്യ സമര ത്തിന്റെ ഭാഗമായും അല്ലാതെയും കമ്മ്യൂണിസ്റ്റ് പാർട്ടികൾ നടത്തിയ വിട്ടുവീഴ്ചയില്ലാത്ത പോരാട്ടത്തിന്റെ ഫലമാണ് ഇന്നത്തെ കേരളം. മധ്യവർഗ ജീവിതത്തിന്റെ സുഖശീതളിമയിൽ ജീവിക്കുന്ന മലയാളിയെ സംബന്ധിച്ച് രക്തരൂഷിതമായ ഇത്തരം പോരാട്ടങ്ങൾ ഓർമ്മിക്കുക എന്നതു പോലും അസഹനീയമായിത്തീരാം. വികസനത്തിന്റെ വർണശബളിമയിൽ പോരാട്ടത്തിന്റെയും ത്യാഗത്തിന്റെയും ഉണങ്ങാ ത്ത രക്തക്കറ പതിഞ്ഞിരിപ്പുണ്ട്. ആലസ്യത്തിന്റെ സുഷുപ്തിയിൽ കഴിയുന്ന ഈ കാലത്ത് അത് മലയാളിയെ വീണ്ടും ഓർമ്മിപ്പിക്കണം എന്ന് ഞങ്ങൾ കരുതുന്നു. അതൊരു ചരിത്ര നിയോഗമാണെന്ന് മനസ്സിലാക്കുന്നു. പ്രസാധനം പ്രക്ഷുബ്ധതയുടെ പ്രകാശനം എന്നത് സത്യസന്ധതകൊണ്ട് അടയാളപ്പെടുന്ന മായാത്ത ഒരു വാക്കിന്റെ വാഗ്ദാനമാണ്. അതുകൊണ്ടാണ് കേരളത്തിന്റെ സമരചരിത്രം ഒരു പരമ്പരയായി പുറത്തിറക്കാൻ ഞങ്ങൾ തീരുമാനിച്ചത്. ആദ്യഘ ട്ടത്തിൽ കയ്യൂർ, മുനയൻകുന്ന്, കാവുമ്പായി, പാടിക്കുന്ന്, മൊറാഴ, ഒഞ്ചിയം, ഇടപ്പള്ളി, പുന്നപ്ര-വയലാർ, ശൂരനാട്, കരിവെള്ളൂർ തുടങ്ങി പത്ത് പുസ്തകങ്ങൾ അടങ്ങിയ പരമ്പരയാണ് പ്രസിദ്ധീകരിക്കുന്നത്. മറ്റ പ്രധാന സമരചരിത്രങ്ങൾ അടുത്തഘട്ടത്തിൽ പ്രസിദ്ധീകരിക്കാൻ കഴിയും എന്ന് ഞങ്ങൾ കരുതുന്നു. കഴിഞ്ഞ രണ്ടു വർഷമായി മലയാള ത്തിന്റെ പ്രിയപ്പെട്ട എഴുത്തുകാരൻ വി. എസ്. അനിൽകുമാർ ഇതിനുള്ള നിരന്തര പരിശ്രമങ്ങളിലായിരുന്നു. അനിയേട്ടനോട് അതിരറ്റ സ്നേഹം. സമയബന്ധിതമായി ചരിത്രരചന പൂർത്തീകരിച്ച എഴുത്തുകാരോടും സ്നേഹവും കൃതജ്ഞതയും രേഖപ്പെടുത്തി ഈ പരമ്പര കേരളത്തിന് സമർപ്പിക്കുന്നു.

സുമേഷ് ഇൻസൈറ്റ്

സമരചരിത്രപരമ്പര

വി. എസ്. അനില്‍കുമാര്‍

ചെന്നൈയില്‍ നിന്ന് തൊണ്ണൂറ് കിലോമീറ്റര്‍ അകലെ ഗ്രഡിയം എന്ന കുഗ്രാമത്തിലേക്കും ഹരിയാനയിലെ റോത്തക്കില്‍ നിന്ന് നാല്പത്ര കിലോമീറ്റര്‍ അകലെ ഫര്‍മാനയിലേക്കും മധുരൈയില്‍ നിന്ന് പന്ത്രണ്ട് കിലോമീറ്റര്‍ അകലെ കീഴടിയിലേക്കും പല കാലങ്ങ ളിലായി യാത്ര ചെയ്ത് എത്തിയപ്പോള്‍ ആദ്യം ഉണ്ടായ വികാരം ഒരേ പോല്വുള്ളതായിരുന്നു. കനത്ത പെരുത്ത കയറിയ ആദരവ്, വിനയം.

ഇന്ന് ഫര്‍മാന, സമ്പന്നമായയതും ഗ്രഡിയവും കീഴടിയും ദരിദ്രമായയതും ആയ കൃഷിയിടങ്ങളാണ്. പക്ഷേ നമ്മുടെ പ്രപിതാമഹപിതാമഹര്‍ ഗ്രഡി രക്കണക്കിന് വര്‍ഷങ്ങള്‍ക്കു മുമ്പ് ജീവിച്ച ഇടങ്ങളാണവ. കുറേദൂരം ഉരുളന്‍ കല്ലുകള്‍ ചവിട്ടി കഷ്ടപ്പെട്ട് ഗ്രഡിയത്തിലെത്തിയാല്‍ ആദി മാനവര്‍ വാണിരുന്ന ഒരു ഗുഹ കാണാം. വളരെ പഴയ കാലത്തെ ജനവാസത്തിന്റെ തെളിവുകള്‍ കീഴടി ഖനനത്തില്‍ കിട്ടുകയുണ്ടായി. അതിന് ഹാരപ്പന്‍ സംസ്‌കൃതിയെക്കാള്‍ പഴക്കമുണ്ടാകാം എന്നാണ് അനുമാനം. ഫര്‍മാനയാകട്ടെ അവിടെയൊരു ഹാരപ്പന്‍ പട്ടണം ഒളി പ്പിച്ചവച്ച. അത് പതുക്കെ പുറത്തെടുത്തു നോക്കുകയായിരുന്നു, ഞങ്ങള്‍ എത്തുമ്പോള്‍.

സകല സൗകര്യങ്ങളും (fecilities) ഉള്ള ജീവിതത്തില്‍ നിന്ന് എത്തി, ഈ ഇടങ്ങളില്‍ നില്ക്കുമ്പോള്‍, എല്ലാ സംഘനൃത്തങ്ങളും സംഘഗാനങ്ങളും വിശപ്പും അസൗകര്യങ്ങള്‍ സൃഷ്ടിക്കുന്ന കഠിനമായ

യാതനകളും നിലവിളികളും ചരിത്രത്തിലെ ഏട്ടുകളിൽ മറിയുന്നത് അനുഭവപ്പെടും. അവരുടെ ജീവിതവും നമ്മുടെ ജീവിതവും തമ്മിൽ യാതൊരു താരതമ്യവും സാദ്ധ്യമല്ല. അവരുടെ ജീവിതം നിരന്തരമായ പോരാട്ടങ്ങളുടേയും സഹനങ്ങളുടേയും ശേഖരമാണ്.

കേരളീയമായ കമ്മ്യൂണിസ്റ്റ് പോരാട്ടങ്ങളുടെ ത്യാഗ-വീര-സഹന ചരിത്രത്തിലൂടെ കടന്നുപോകുമ്പോൾ അതേ ആദരവ്, അതേ വിനയം കനത്തു വരുന്നു... ഇതിനെക്കുറിച്ചൊക്കെ എന്തെങ്കിലും എഴുതാൻ പോലും എനിക്കെന്ത് അർഹത എന്ന സംശയമുണ്ടാകുന്നു. കാരണം അതിക്രൂരവും അതിശക്തവുമായ ഭരണ-സാമൂഹിക ക്രമത്തോട് കൃത്യമായി പടയുണ്ടാക്കി, കൊണ്ടും കൊട്ടും, അപ്പോഴല്ലെങ്കിൽ കുറച്ച് കഴിഞ്ഞ് ലക്ഷ്യത്തിലെത്തിയ വീരചരിതങ്ങളാണെല്ലാം. ഹിംസ സ്വന്തം ശരീരത്തിൽ അനുഭവിക്കാനുള്ളതു മാത്രമല്ല തിരിച്ച് കൊട്ടക്കാനുള്ളതു കൂടിയാണ് എന്ന പ്രത്യയശാസ്ത്രപരമായ തിരിച്ചറിവ് ഉണ്ടാക്കി യെടുത്തു നടത്തിയ സമരങ്ങളാണെല്ലാം.

ലക്ഷ്യശുദ്ധിയോടൊപ്പം മാർഗ്ഗശുദ്ധിയും അനിവാര്യമാണെന്ന് നിർബ്ബന്ധം പിടിക്കുന്നവരുണ്ട്. നല്ല ആശയമാണത്. പക്ഷെ പണി യെടുത്തു തളർന്ന വീഴുമ്പോഴും വിശന്ന് കരയേണ്ടി വരികയും പല വിധമായ അപമാനങ്ങളും വിവേചനങ്ങളും പീഡനങ്ങളും അനുഭവിക്കേ ണ്ടിവരികയും ചെയ്ത കർഷകരും തൊഴിലാളികളും പടയെടുക്കുമ്പോൾ മാത്രമാകുന്നത് ഈ നല്ല ആശയം പ്രചരിപ്പിക്കേണ്ടത്. തങ്ങളുടെ അത്യാഗ്രഹങ്ങൾക്കനുസരിച്ച് കാര്യങ്ങൾ നടക്കാൻ വേണ്ടി ഏതു നില വാരത്തിലുള്ള അക്രമവും നടത്താൻ കൈയ്യറപ്പില്ലാത്ത ജന്മി-പുരോ ഹിത-ഭരണവർഗ്ഗത്തോട് ഇതേ ലക്ഷ്യ-മാർഗ്ഗ വിശുദ്ധി ആരെങ്കിലും ഉപദേശിച്ചതായി കേട്ടിട്ടില്ല.

1939 ഡിസംബർ 31 നാണ് ഇന്നത്തെ ധർമ്മടം നിയോജകമണ്ഡ ലത്തിൽപ്പെട്ട പാറപ്രം എന്ന സ്ഥലത്ത് കേരളത്തിലെ കമ്മ്യൂണിസ്റ്റ് പാർട്ടി രൂപീകരണം നടക്കുന്നത്. ഇന്ത്യൻ നാഷണൽ കോൺഗ്രസി ന്റെ നേതൃത്വത്തിൽ ദേശീയ സ്വാതന്ത്ര്യ സമരം വളരെയധികം ശക്തി നേടിയ സമയത്തു പോലും മറ്റൊരു പ്രത്യയശാസ്ത്രത്തിന് കേരളത്തിൽ വ്യാപനം കിട്ടി എന്നത് ശ്രദ്ധേയമായ കാര്യമാണ്. മാത്രമല്ല ഇന്ത്യയിൽ കേവലം പതിനേഴ് വർഷം (1925 ൽ ഇന്ത്യയിൽ കമ്മ്യൂണിസ്റ്റ് പാർട്ടി രൂപീകൃതമായി) പ്രായമുള്ള ഒരു സംഘടനയ്ക്ക് 57 വർഷം പ്രായമായ ഇന്ത്യൻ നാഷണൽ കോൺഗ്രസിന്റെ 'ക്വിറ്റ് ഇന്ത്യ' സമരത്തെ സാമ്രാജ്യത്വാനുകൂല-വിരുദ്ധ സംവാദതലത്തിലേക്ക് കൊണ്ടുവരുവാ നും കഴിഞ്ഞു എന്നതും ഓർക്കണം. ശരിയായാലും തെറ്റായാലും ആ

വിഷയം സമയാസമയങ്ങളിൽ സംവാദതലത്തിൽ ഇപ്പോഴും ഉടരു ന്നുണ്ട്.

നിർഭയരും നിസ്വാർത്ഥരുമായ നേതാക്കളും പ്രവർത്തകരും വർഗ്ഗ പക്ഷപാതിത്തമുള്ള പ്രത്യയശാസ്ത്രവും കേരളത്തിലെ കർഷക-തൊഴി ലാളിവർഗ്ഗം സ്വീകരിച്ചു എന്നതാണ് പിന്നീട് സംഭവിച്ചത്. പിറവിക്ക ശേഷം ഒരു വ്യാഴവട്ടത്തിനുള്ളിൽത്തന്നെ മഹത്ത്വമുള്ളതും ഗംഭീരവുമായ സായുധപ്പോരാട്ടങ്ങൾ തന്നെ നടത്താൻ കേരളത്തിലെ കമ്മ്യൂണിസ്റ്റ് പാർട്ടിക്ക് കഴിഞ്ഞു. പഴയതും പ്രസക്തമായതുമായ ഭാഷയിൽ പറഞ്ഞാൽ ജന്മിമാരുടേയും ദുർഭരണാധികാരികളുടേയും കോട്ട കൊത്തളങ്ങളെ പിടിച്ചലയ്ക്കാൻ ഈ പോരാട്ടങ്ങൾ കൊണ്ട് സാധിച്ചു.

പിറവിയെടുത്ത് അടുത്ത വർഷം, 1940 ൽ മൊറാഴ സമരം നടക്ക ന്നുണ്ട്. ഒരു വർഷത്തിനുള്ളിൽ ഇത്രയും വലിയ ധീരതയ്ക്കും സഹനത്തി നും നിസ്വവർഗ്ഗം തയ്യാറായി എന്നത് അവരനുഭവിച്ചു വന്ന ക്രൂരമായ ജീവിതത്തെക്കൂടി വ്യക്തമാക്കുന്നുണ്ട്. 1941 ലാണ് കയ്യൂർ പോരാട്ടം നടക്കുന്നത്. 1946 ൽ പുന്നപ്ര-വയലാറും കരിവെള്ളൂരും കാവുമ്പായിയും പോരാട്ടങ്ങൾ കൊണ്ട് ചുവക്കുന്നു. 1948-ൽ ഒഞ്ചിയത്തേയും മുനയൻ കുന്നിലേയും അധ്വാനിക്കുന്ന വർഗ്ഗം ധീരമായി പൊരുതുന്നു. 1949 ൽ ശൂരനാട്. 1950-ൽ ഇടപ്പള്ളിയും പാടിക്കുന്നു. ദേശീയ സ്വാതന്ത്ര്യം കിട്ടിയിട്ടും അടിസ്ഥാന വർഗ്ഗത്തിന്റെ പോരാട്ടങ്ങൾ അവസാനിച്ചില്ല. കമ്മ്യൂണിസ്റ്റ് പാർട്ടിയുടെ നേതൃത്വത്തിൽ നടന്ന കർഷകരുടേയും തൊഴിലാളികളുടേയും സമരങ്ങൾ ഈ പട്ടിക കൊണ്ട് അവസാനി ക്കുന്നുമില്ല. ചിലത് എടുത്തു പറഞ്ഞു എന്നേയുള്ളൂ.

പിൽക്കാല കേരളം രൂപം കൊണ്ടത് പ്രധാനമായും ഈ സമര ങ്ങളുടെ അനന്തരഫലമായിട്ടാണ്. ചോരയും ജീവനും കൊടുത്ത് അന്നത്തെ കമ്മ്യൂണിസ്റ്റ് പ്രസ്ഥാനം പോരാടിയതു കൊണ്ടാണ് സാമൂഹിക ജീവിത മുന്നേറ്റത്തിനുതകുന്ന മുൻഗണനാക്രമം, ഭൂപരിഷ്ക്ക രണത്തിനും വിദ്യാഭ്യാസത്തിനും ആരോഗ്യത്തിനുമൊക്കെ ലഭിച്ചത്. വികസനത്തിൽ രാഷ്ട്രീയമില്ല എന്ന് തീർത്തു പറയുന്ന അരാഷ്ട്രീയത, നമ്മുടെ രാഷ്ട്രീയപ്പാർട്ടികൾക്കും സ്വീകാര്യമായ ഈ കാലത്ത്, വളർ ച്ചയ്ക്കും പുരോഗമനത്തിനും കൃത്യമായ സോഷ്യലിസ്റ്റ് ഭാഷ്യമുണ്ട് എന്ന് ഉറപ്പിച്ചു പറയാൻ കരുത്തു നൽകിയത്, ഈ പറഞ്ഞതും അല്ലാത്തതു മായ പോരാട്ടങ്ങളാണ്. ഇന്ത്യയിലെ മറ്റൊരു സംസ്ഥാനത്തും ഇങ്ങനെ സംഭവിച്ചില്ല എന്നതും ഇതിനൊപ്പം പറയണം.

ഇൻസൈറ്റ് പബ്ലിക്ക 'സമരചരിത്രപരമ്പര' എന്ന പൊതുപേരിൽ ഇങ്ങനെ ഒരു കൂട്ടം പുസ്തകങ്ങൾ പ്രസിദ്ധീകരിക്കുമ്പോൾ അതിൽ

എന്റെ പങ്ക് വളരെ വളരെ ചെറുതാണ് എന്നു പറയട്ടെ. 'നവോത്ഥാന പരമ്പര' എന്ന പേരിൽ ഇൻസൈറ്റ് പ്രസിദ്ധീകരിച്ച പുസ്തകങ്ങൾ മികച്ച വായനാനുഭവമായിരുന്നു. അതു ചൂണ്ടിക്കാട്ടി സുമേഷിനോട് ഇങ്ങനെയൊരു സാദ്ധ്യതയുണ്ട് എന്നു പറഞ്ഞു. പിന്നെ ഓരോ പുസ്തകത്തിനും ഗ്രന്ഥകാരനെ കണ്ടെത്തി. അവരെ ഫോണിലൂടെയും വാട്ട്സാപ്പിലൂടെയും കഴിഞ്ഞ രണ്ടു വർഷമായി നിരന്തരം ഓർമ്മപ്പെടു ത്തി. ഇത്ര മാത്രമാണ് എന്റെ പണി.

ചരിത്ര രചന ഒട്ടും എളുപ്പമുള്ള കാര്യമല്ല. കമ്മ്യൂണിസ്റ്റ് ചരിത്രമാകു മ്പോൾ പ്രത്യേകിച്ചും. അപാകതകൾ ഉണ്ടാക്കി, പിന്നെയത് കണ്ടു പിടി ക്കുന്ന തീവ്ര വലതുപക്ഷം കക്ഷിരാഷ്ട്രീയത്തിൽ വിജയിച്ചു നിൽക്കുകയും ഭരണവർഗ്ഗമാകുകയും ചെയ്യു ഈ സന്ദർഭത്തിൽ വളരെയധികം സൂക്ഷ്മത ആവശ്യമുള്ള ഒരു കർമ്മമാണിത്. ഡോ. സി. ബാലൻ (കയ്യൂർ), ഡോ. ജിനേഷ് കുമാർ എരമം (മുനയൻകുന്ന്) എ. പത്മനാഭൻ (കാവുമ്പായി), കെ. ബാലകൃഷ്ണൻ (പാടിക്കുന്ന്), കെ. ദാമോദരൻ മാസ്റ്റർ (മൊറാഴ), വി. കെ. സുരേഷ് (ഒഞ്ചിയം), എൻ. എം. പിയേഴ്സൺ (ഇടപ്പള്ളി), സി. എസ്. സുരേഷ് (പുന്നപ്ര-വയലാർ), എൻ. കെ. ഭുപേഷ് (ശൂരനാട്), കരിവെള്ളൂർ മുരളി (കരിവെള്ളൂർ) എന്നിവരാണ് ഈ സംരംഭത്തിൽ വളരെ സന്തോഷത്തോടും ആത്മാർത്ഥതയോടും പങ്കെടുത്തത്. അവരോട് നന്ദി പറഞ്ഞു തീർക്കാനാവില്ല.

ഇൻസൈറ്റ് പബ്ലിക്കയാണ് ഇത് ഏറ്റെടുത്തത് എന്നതുകൊണ്ട് അവർക്കും പ്രത്യേകിച്ച് കൃതജ്ഞത അടയാളപ്പെടുത്തുന്നില്ല.

എനിക്ക് കണ്ണീരുപ്പാണ്...
വീടാസ്നേഹക്കടമാണ്

'കണിയൻ പുഴക്കരെ, കരുതിപ്പക്കില ചോന്ന്,
കണ്ണെത്താക്കണ്ടത്തിൽ ചോരച്ചാലുകൾ വീണ്,
കരിവെള്ളൂർ കവിളത്ത് വെടിയുണ്ട കൊണ്ടൊരു
കരിമറുക് മുളപ്പിച്ച ധനുമാസപ്പാട്ടാണെ...
ഒരുപിടി നെല്ലിന്നായ്, ഒരുപിടി മണ്ണിന്നായ്,
അടിമ രാജ്യത്തിന്റെ മോചനത്തിന്നായി
പടവെട്ടിച്ചത്ത കരുത്തന്മാർ പാടി ഈ
കരുമാടിക്കുട്ടന്മാരേറ്റ പാട്ടം പാട്ട്...

പിൽക്കാലത്ത് വളരെയധികം പ്രശസ്തമായിത്തീർന്ന 'എന്റെ ചോന്ന മണ്ണിന്റെ പാട്ട്' എന്ന കവിത 1976 ലാണ് ഞാൻ എഴുതുന്നത്. എ. വി. എന്ന രണ്ടക്ഷരത്തിൽ അറിയപ്പെട്ടിരുന്ന കരിവെള്ളൂർ സമര നായകനായ ഞങ്ങളുടെ അച്ഛൻ എ. വി. കുഞ്ഞമ്പുവും കേരള ത്തിലെ മഹിളാ പ്രസ്ഥാനത്തിന്റെ സ്ഥാപക നേതാക്കളിലൊരാളും ആദ്യ തലമുറയിലെ കമ്മ്യൂണിസ്റ്റ് പോരാളിയുമായ കെ. ദേവയാനി എന്ന ഞങ്ങളുടെ അമ്മയുമായിരുന്ന അതിന്റെ ആദ്യ ശ്രോതാക്കൾ. കവിതയായും ചരിത്ര ഗ്രന്ഥമായും നാടകമായും പടപ്പാട്ടുകളായും എത്ര എഴുതിയിട്ടും തീരാത്ത ഒരു ഇതിഹാസം പോലെ ബാക്കി നിൽക്കുകയാണ് എനിക്ക മുന്നിൽ ഇപ്പോഴും കരിവെള്ളൂർ സമരം. 2013 ൽ 'കരിവെള്ളൂർ... സമരം... ചരിത്രം... ജീവിതം' എന്ന ഒരു ചരിത്ര

ഗ്രന്ഥം തന്നെ ഞാൻ എഴുതിയിട്ടുണ്ടെങ്കിലും വീണ്ടും ഒരിക്കൽ കൂടി കരിവെള്ളൂരിന്റെ ധീര സമരചരിത്രം രേഖപ്പെടുത്തേണ്ടതിന്റെ ബാധ്യത എന്നിൽ തന്നെ വന്നുചേർന്നിരിക്കുകയാണ്. സ്വന്തം കൃതി തന്നെ ആവർത്തിക്കപ്പെട്ടുമോ എന്ന ഭയം എഴുത്തിൽ നിന്നും എന്നെ കുറ ച്ചധികം പിന്തിരിപ്പിച്ചിട്ടുണ്ട്. എത്ര തവണ എഴുതിയാലും അത് എന്റെ ജീവിത ദൗത്യമാണെന്ന ഉത്തമ ബോധ്യം പതിയെ എന്നെ വീണ്ടും ഈ എഴുത്തിലേക്ക് ഉണർത്തുക തന്നെയായിരുന്നു.

ഈ പുസ്തകവും കരിവെള്ളൂർ സമരത്തെക്കുറിച്ചുള്ള ഒരു സമഗ്ര ചരിത്രമാണെന്ന് അവകാശപ്പെടാനാവില്ല. എത്ര എഴുതിയാലും വെളി ച്ചമേൽക്കാത്ത സത്യങ്ങളും മണ്ണടരുകളിൽ ഉറങ്ങു പോയ മനുഷ്യരും ബാക്കിയാകും. എങ്കിലും ദേശീയ പ്രസ്ഥാനവും കർഷക പ്രസ്ഥാനവും പതിയെ മുളപൊട്ടി വളർന്ന മണ്ണിൽ, പുരോഗമന ഇടതുപക്ഷ ആശയ ങ്ങളും കമ്മ്യൂണിസ്റ്റ് പ്രസ്ഥാനവും ശക്തിപ്പെടാനിടയായ വസ്തുനിഷ്ഠ സാഹചര്യങ്ങളും അതിന്റെ സൂക്ഷ്മമായ ചരിത്ര വിശകലനവും ഈ ഗ്രന്ഥത്തിന്റെ അന്വേഷണ പരിധിയിൽ കടന്നുവന്നിട്ടുണ്ട്. കരിവെ ള്ളൂർ എന്ന ഒരു വടക്കൻ ഗ്രാമത്തെ ഇന്ത്യയിലെ കർഷക സമരച രിത്രത്തിൽ ജ്വലിച്ച നിൽക്കുന്ന ഒരു രക്ത നക്ഷത്രമാക്കിത്തീർത്തത് 1946 ഡിസംബർ 20 ന് നടന്ന ഇതിഹാസ തുല്യമായ കരിവെള്ളൂർ സമരമാണ്. അതിന്റെ പടനായകൻ 1980 ജൂൺ 8 ന് വിട പറഞ്ഞ എന്റെ അച്ഛൻ സഖാവ് എ. വി. കുഞ്ഞമ്പുവാണ്. ആ സമരത്തിന്റെ പേരിൽ നടന്ന പോലീസ് വേട്ടയിൽ ഏറ്റവുമധികം യാതനകൾ സഹി ക്കേണ്ടി വന്ന ഒരാൾ ഞങ്ങളുടെ അമ്മ സഖാവ് കെ. ദേവയാനിയാണ്. എത്ര സമചിത്തത പാലിച്ചാലും എനിക്ക് ഇത് ഒരു കേവല ചരിത്ര രചനയായി അവസാനിപ്പിക്കാനാവില്ല. കാരണം ഞാൻ മുമ്പൊരിക്കൽ എഴുതിയത് പോലെ

'എനിക്ക് കണ്ണീരപ്പാണ്... വീടാസ്നേഹക്കടമാണ്

എനിക്കിതെന്റെ പ്രിയപ്പെട്ടവരുടെ കരച്ചിലാണ് കരുത്താണ്"

'കരിവെള്ളൂർ' പ്രസിദ്ധീകരിക്കുന്നത് ഇൻസൈറ്റ് പബ്ലിക്കയാണ്. അങ്ങനെ പറഞ്ഞാൽ പൂർണ്ണമാവില്ല; എന്റെ ഇളയ സഹോദരങ്ങ ളാണ് സുമേഷും നസീമയും. അവരോട് തീരാത്ത കടപ്പാടുണ്ടെങ്കിലും അത് ഇവിടെ രേഖപ്പെടുത്തുന്നില്ല.

കരിവെള്ളൂരിന്റെ പടനായകൻ സഖാവ് എ. വി. യുടെ ഓർമ്മകൾക്ക് മുന്നിൽ ഈ കൃതി സമർപ്പിക്കുന്നു.

കരിവെള്ളൂർ മുരളി

ജൂൺ 12 2022

ഉള്ളടക്കം

കരിവെള്ളൂർ മണ്ണും മനുഷ്യരും

ഇപ്പോൾ കണ്ണൂർ ജില്ലയിൽ, പയ്യന്നൂർ താലൂക്കിൽ പെട്ട, കരിവെള്ളൂർ, 1957 വരെ പഴയ മലബാർ ജില്ലയുടെ ഭാഗമായിരുന്നു. കണ്ണൂർ നഗരത്തിൽ നിന്നും കരിവെള്ളൂരിലേക്ക് 48 കിലോമീറ്റർ ദൂരമുണ്ട്. (38 കിലോമീറ്റർ ആകാശദൂരം) 1792 മുതൽ നേരിട്ടുള്ള ബ്രിട്ടീഷ് ഭരണത്തിന്റെ കീഴിലായിരുന്ന, മദ്രാസ് റസിഡൻസിയിൽപെട്ട മലബാർ ജില്ലയിലെ ചിറക്കൽ താലൂക്കിന്റെ വടക്കേ അറ്റത്തെ ഗ്രാമം. അവിടെ നിന്നും വടക്കോട്ട് സൗത്ത് കാനറാ ജില്ലയാണ്. ചിറക്കൽ താലൂക്കിലെ പയ്യന്നൂർ ഫർക്കയുടെ അതിർത്തികൾ, വടക്ക് കരിവെള്ളൂരും കിഴക്ക് പ്രാപ്പൊയിലും പടിഞ്ഞാറ് രാമന്തളിയുമാണ്. പയ്യന്നൂർ ഫർക്കയുടെ, ചിറക്കൽ താലൂക്കിന്റെ, മലബാർ ജില്ലയുടെ, വടക്കേ അറ്റത്തെ ഗ്രാമമായിരുന്ന കരിവെള്ളൂർ. പാലക്കാട്ടെ കഞ്ചിക്കോട് മുതൽ കരിവെള്ളൂർ വരെയാണ് പഴയ ബ്രിട്ടീഷ് മലബാർ.

തെക്ക് കുണിയൻ പുഴ, പടിഞ്ഞാറ ഭാഗം മാണിയാട്ട് തോട്, കുണിയൻ തോട് എന്നീ പേരുകളിൽ അറിയപ്പെടുന്ന പടിഞ്ഞാറേ തോട്, വടക്ക് ആണ്ടൂർ തോട്, കിഴക്ക് മാലാപ്പ് കുന്ന് ഇങ്ങനെയാണ് കരിവെള്ളൂരിന്റെ വില്ലേജ് അതിർത്തികൾ. കാര്യങ്കോട് പുഴയുടെ തീരത്തുള്ള ചീമേനിയിൽ നിന്ന് ഉത്ഭവിച്ച് കാങ്കോലിൽ നിന്ന് പുറപ്പെടുന്ന തോട്ടും കരിവെള്ളൂർ പെരളം തോട്ടും ചേർന്ന് കുണിയനിൽ എത്തുമ്പോൾ മാണിയാട്ട് തോട്ടമായി ചേർന്നൊഴുകുന്ന കവ്വായിപ്പുഴയാണ് കുണിയൻ പുഴയെന്ന പേരിലുള്ള കരിവെള്ളൂരിന്റെ തെക്കേ അതിർത്തി.

കരിവെള്ളൂർ രക്തസാക്ഷി മണ്ഡപം

കരിവെള്ളൂരിന്റെ കൃഷിയിലും ജീവിതത്തിലും സംസ്ക്കാരത്തിലുമെന്ന പോലെ ഉജ്ജ്വലമായ കരിവെള്ളൂർ സമരത്തിലും തെക്കേ അറ്റത്തുള്ള കണിയൻ പുഴയ്ക്ക് സവിശേഷ പ്രാധാന്യമുണ്ട്.

കരിവെള്ളൂർ എന്നും കാർഷിക പ്രധാനമായ ഗ്രാമമാണ്. പിന്നീട് ഒട്ടേറെ കൈത്തൊഴിലുകൾ വളർന്ന വന്നെങ്കിലും സാമ്പത്തിക ജീവിതത്തിന്റെയും സാമൂഹിക ജീവിതത്തിന്റെയും അടിസ്ഥാനം കൃഷി തന്നെ യായിരുന്നു. കല്ലുകൊത്ത്, എണ്ണയാട്ട്, നെയ്ത്ത്, കള്ളുചെത്ത്, കക്ക നീറ്റ് തുടങ്ങിയ പരമ്പരാഗത കൈത്തൊഴിലുകളാണ് കൃഷിയെത്തുടർന്ന് ആദ്യഘട്ടത്തിൽ വളർന്ന വന്നത്. ഏറെക്കുറെ ജാതി വ്യവസ്ഥയിൽ അധിഷ്ഠിതമായ ഒരു തൊഴിൽ ഘടനയും കാർഷിക ജീവിതത്തിന്റെ ഒരു അനുബന്ധ ഘടനയും ആയിരുന്നു അത്. ജാതിവ്യവസ്ഥയിൽ നിന്നും പൂർണ്ണമായും മുക്തമായ ഒരു പരമ്പരാഗത കൈത്തൊഴിൽ ആയി, വർഗ്ഗാടിസ്ഥാനത്തിൽ ഫാക്ടറി സമ്പ്രദായത്തിൽ ബീഡി തെറുപ്പ് വളരെ പ്രബലമായി വളർന്ന വന്നത് അറുപതുകൾക്ക് ശേഷം മാത്രമാണ്.

ഇപ്പോൾ സർക്കാർ ജീവനക്കാർ, അദ്ധ്യാപകർ, സ്വകാര്യ മേഖലാ ജീവനക്കാർ, പ്രൊഫഷണലുകൾ, പ്രവാസികളായ തൊഴിലാളികൾ തുടങ്ങി എല്ലാ ജീവിത മണ്ഡലങ്ങളിലുമുള്ളവരാണ് ഭൂരിപക്ഷമെങ്കിലും, എല്ലാവരും കർഷക കുടുംബങ്ങളിൽ പെട്ടവരാണ്. കരിവെള്ളൂരിൽ എന്നും വയലുകൾക്കായിരുന്ന ഭൂമിശാസ്ത്രപരമായ പ്രാധാന്യം. കണിയൻ വയൽ, തോട്ടിച്ചാൽ വയൽ, ആയത്ര വയൽ, കട്ടച്ചേരി വയൽ, പാക്കത്തിൻ താഴെ, പറ്റവാക്കീൽ, വന്നലക്കോട്ട് വയൽ, വെള്ള വയൽ, വറക്കോട്ട വയൽ, ഇല്ലത്തു വയൽ, കോട്ടൂർ വയൽ, ചങ്ങമ്പള്ളി തോട്ടിൻ കര, പുഴക്കര വയൽ, കുറ്റി വയൽ, ഞെക്ലി വയൽ, മൊളോളം വയൽ, അണ്ണാക്കൊട്ടൻ വയൽ, വിരിപ്പ് വയൽ, കനാ വയൽ, തേവർക്കാനം തുടങ്ങി ഓർമ്മയിൽ ഇപ്പോൾ അടുക്കി എഴുതാനാവാത്ത ഇനിയും എത്രയോ വയലുകളുണ്ട് കരിവെള്ളൂരിൽ. പുഴയോടടുത്ത വയലുകളിൽ നെൽകൃഷി രണ്ടു വിളകളാണ്. ഒറ്റവിളക്കണ്ടങ്ങളിൽ കൊയ്ത്തിനു ശേഷം ഉഴന്ന്, പയർ, മുതിര, എള്ള്, മുത്താറി എന്നിവയും കൃഷി ചെയ്യുക പതിവാണ്. അത് പാടത്ത് മാത്രമല്ല, പറമ്പിലുമുണ്ട് ഇത്തരം ഇടവിളകൾ. പിന്നെ, സമൃദ്ധമായി വേനൽക്കാല പച്ച ക്കറി കൃഷിയുമുണ്ട്. വയലുകളിൽ നാലോ അഞ്ചോ അടി ആഴത്തിൽ കുഴിച്ചാൽ തന്നെ വെള്ളം കിട്ടും. ഇങ്ങനെ വയലിന്റെ മൂലയിൽ തന്നെ കുഴിച്ചുണ്ടാക്കിയ വെള്ളക്കുഴികളിൽ (ക്രൂവൽ) നിന്നും മൺകുടങ്ങളിൽ വെള്ളമെടുത്ത് നട്ട നനച്ച വളർത്തുന്നതാണ് പച്ചക്കറിക്കൃഷി അഥവാ 'നട്ടി'.

കുണിയൻ പുഴ സമരഭൂമി

കുണിയൻ പുഴ എന്ന് പേരിട്ട് വിളിക്കുന്ന കവ്വായിപ്പുഴയോട് ചേരുന്ന പുഴയാണ് കരിവെള്ളൂരിന്റെ പുഴ. അതാണ് തെക്കേ അതിർത്തിയും. കരിവെള്ളൂർ സമരമാണ് പുഴയെ ചരിത്രത്തിൽ കുടിയിരുത്തുന്നത്. 'കുണിയൻ പുഴക്കരെ, കുരുതിപ്പൂക്കില ചോന്ന്' എന്ന 'എന്റെ ചോന്ന മണ്ണിന്റെ പാട്ട്' കവിതയിലെ ആദ്യ വരി പുഴയെ ഒരിക്കൽ കൂടി നാടെങ്ങും എത്തിച്ചു. കുണിയൻ പുഴയല്ലാത്ത മറ്റെല്ലാം തോട്ടുകളാണ്. മാണിയാട്ട് തോട്, ആണ്ടൂർ തോട്, ക്കക്കാനം നീർത്തടത്തിന്റെ മദ്ധ്യ ഭാഗത്തു കൂടി ഒഴുകുന്ന കിഴക്കേ തോട്, പലിയേരി തോട്, മഠത്തിൻ താഴെ തോട്, അയിത്തല തോട്, കുപ്പിത്തോട് തുടങ്ങി ഒഴുകുന്നതിന ടുത്ത സ്ഥലപ്പേരുകളോ വീട്ട പേരുകളോ ചേർത്താണ് തോട്ടുകൾ അറിയപ്പെട്ടത്. മണ്ണ് പൊതുവെ ഫലഭൂയിഷ്ഠമാണ്. കിഴക്കൻ പ്രദേ ശത്തേക്ക് നീങ്ങുംതോറും ഏറെക്കുറെ ചെങ്കല്ല് കലർന്ന മണ്ണാണ്. രണ്ടാം വിളയ്ക്കുള്ള ജലസേചന മാർഗ്ഗത്തിന്റെ അപര്യാപ്ത മൂലമാണ് പിന്നീട് എന്നും കരിവെള്ളൂർ ഗ്രാമം ഒരു കമ്മി പ്രദേശമായിത്തീർന്നത്. കരിവെള്ളൂരിലെ ജനങ്ങൾക്ക് വർഷം തികച്ചും ഉണ്ണാനുള്ള നെല്ല് അവിടത്തെ വയലുകളിൽ നിന്നും കിട്ടിയിരുന്നില്ല. ഭക്ഷണത്തിലെ ഈ സ്വയം പര്യാപ്തതയില്ലായ്മയുടെ മുദ്ര കൊണ്ടു കൂടിയാകാം കമ്മി പ്രദേശം എന്ന പേര് ചാർത്തിക്കിട്ടിയത്.

ചരിത്രത്തിന്റെയും സംസ്കാരത്തിന്റെയും തിരുശേഷിപ്പുകൾ

ആധുനിക രാഷ്ട്രീയ-സാംസ്ക്കാരിക ചരിത്രത്തിൽ മാത്രമല്ല, കരി വെള്ളൂരിന് ഇടമുള്ളത്. പ്രാചീന മനുഷ്യസംസ്ക്കാരത്തിന്റെ ഉറവിടങ്ങളിലൊന്ന് എന്ന നിലയ്ക്കും ഈ നാട്ടിന് ചരിത്രത്തിൽ സ്ഥാന മുണ്ട്. കേരളത്തിലെ ആദ്യ മനുഷ്യവാസത്തിന്റെ ആവിർഭാവത്തെയും വികാസത്തെയും കുറിച്ച് വ്യത്യസ്തമായ നിരീക്ഷണങ്ങളും വാദഗതിക ളും നിലനിൽക്കുന്നുണ്ട്. ശിലായുഗകാലത്തെ ചില അവശിഷ്ടങ്ങൾ കണ്ടെടുക്കപ്പെട്ടിട്ടുണ്ട്. എന്നാൽ മനുഷ്യവാസത്തെ കുറിച്ച് കൂടുതൽ യുക്തിസഹമായ തെളിവുകൾ നൽകുന്നത് മഹാശിലാ സ്മാരകങ്ങ ളാണ്. ബി സി 500ഉം എ ഡി 300ഉം ഇടയ്ക്കുള്ള കാലത്തെയാണ് മഹാശിലാസ്മാരകങ്ങളുടെ കാലം എന്ന് പൊതുവെ ചരിത്ര പണ്ഡിതർ കരുതുന്നത്. നന്നങ്ങാടികൾ, മുതുമക്കത്താഴികൾ, കൽവൃത്തങ്ങൾ, പഴ തറകൾ തുടങ്ങി വ്യത്യസ്ത പേരുകളിൽ അറിയപ്പെടുന്ന ശവമടക്കുന്ന അറകൾ തന്നെയാണ് അവ. ദീർഘ ചതുരാകൃതിയിലോ, ഭരണികളുടെ ആകൃതിയിലോ നിർമ്മിച്ച ഇത്തരം അറകൾക്ക് മുകളിൽ മൂടിവെക്കുന്ന തിനുള്ള ഒരു കല്ല് കൂടിയുണ്ടായിരുന്നു. തൊപ്പിക്കല്ല്, കുടക്കല്ല്, ഭീമൻ കല്ല്, പുലച്ചിക്കല്ല്, വേലത്തിക്കല്ല് തുടങ്ങി പല പേരുകളിലാണ് ഇവ അറിയപ്പെട്ടത്. മഹാശിലാസ്മാരകങ്ങൾ കാണപ്പെട്ട തെക്കേ ഇന്ത്യ യിലെ മറ്റ പല സ്ഥലങ്ങളിലും ഇല്ലാത്ത, കേരളത്തിൽ മാത്രമായ സവിശേഷമായ ഒരു കണ്ടെത്തലായിരുന്ന ഈ തൊപ്പിക്കല്ലുകൾ.

കരിവെള്ളൂർ സമര സ്മാരകം

വടക്കൻ കേരളത്തിന് പരിഗണിക്കപ്പെടേണ്ട പുരാവസ്തു പാര മ്പര്യമില്ലെന്ന ചിലരുടെ അഭിപ്രായങ്ങൾ മുൻനിർത്തി മലബാറിലെ മഹാശിലാസ്മാരകങ്ങളെ ദീർഘകാലമായി ചരിത്ര പണ്ഡിതരെല്ലാം അവഗണിക്കുകയായിരുന്നു. പക്ഷേ, ചരിത്രപഠനത്തിലുണ്ടായ പുതിയ സമീപനങ്ങളുടെയും, ഉയർന്നു വന്ന ആശയങ്ങളുടെയും ഫലമായിട്ടാണ് നിരവധി ഗവേഷകരുടെ ശ്രദ്ധ കണ്ണൂർ-കാസർഗോഡ് ജില്ലകളിലെ മഹാശിലായുഗ സ്മാരകങ്ങളിലേക്ക് പതിഞ്ഞത്. രാമന്തളി മുതൽ പ്രാപ്പൊയിൽ വരെയുള്ള മഹാശിലാ സ്മാരകങ്ങൾക്ക് ഇരുമ്പായുധ ങ്ങൾ കൂടി ഉപയോഗിച്ചിട്ടുള്ളതു കൊണ്ട് ആ പഴുതറകൾ ഇരുമ്പയു ഗത്തിന്റെ കൂടി ശേഷിപ്പുകൾ തന്നെ. കാങ്കോൽ-ആലപ്പടമ്പ്, പെരി ങ്ങോം-വയക്കര, എരമം-കുറ്റൂർ എന്നിവിടങ്ങളിലെല്ലാം പഴുതറകളും കുടക്കല്ലുകളും മഹാശിലായുഗ സംസ്ക്കാരത്തിന്റെ തെളിവുകളായി അവശേഷിക്കുന്നുണ്ട്. കരിവെള്ളൂർ-പെരളം പഞ്ചായത്തിൽപെട്ട ചെമ്പൊട്ടിക്കുന്നിൽ പെരികമന ഇല്ലത്ത് നാരായണൻ നമ്പൂതിരിയുടെ വീട്ടുപറമ്പിലെ എട്ട് കുടക്കല്ലുകളും പെരളം വില്ലേജിലെ കോട്ടക്കുന്നിലെ പഴുതറകളുമെല്ലാം കരിവെള്ളൂരിലെ പ്രാചീന മനുഷ്യവാസത്തിന്റെയും മഹാശിലായുഗ സംസ്കാരത്തിന്റെയും തെളിവുകളാണ്. കണിയാൻ കുന്നിൽ ഒരു വലിയ കൽവൃത്തവും നിരവധി പഴുതറകളുമുണ്ട്. മൂതദേഹ ങ്ങൾ അളിഞ്ഞു പക്ഷി മൃഗാദികൾക്ക് ഭക്ഷണമായിത്തീരാൻ ഉപേക്ഷി ക്കുന്ന ശ്മശാനമാണ് കൽവൃത്തം അഥവാ സ്റ്റോൺ സർക്കിൾ. പ്രാചീന ശവസംസ്ക്കാര രീതികൾ അഞ്ചെണ്ണമാണ് എന്ന് സംഘകാല കൃതികൾ പറയുന്നു. ആ അഞ്ച് ശവസംസ്ക്കാര രീതികളും അനുഷ്ഠിച്ചി രുന്ന ജന വിഭാഗങ്ങൾ ജീവിച്ച സ്ഥലമാണ് കരിവെള്ളൂർ എന്ന് പുരാവ സ്തുതെളിവുകൾ സാക്ഷ്യപ്പെടുത്തുന്നു. ചെങ്കൽപ്പാറ പ്രദേശങ്ങളിലാണ് മഹാശിലായുഗ കാലത്തെ ആവാസ വ്യവസ്ഥ.

നദീതടങ്ങളെ ലക്ഷ്യമിട്ടു വന്ന ബ്രാഹ്മണ അധിനിവേശം നൂറ്റാ ണ്ടുകൾ നീണ്ടു നിന്ന അനുസ്യൂതമായ ഒരു പ്രവാഹമാണ്. സംഘകാല പാരമ്പര്യമുള്ള തമിഴ് സമൂഹവും ബുദ്ധ-ജൈന വിശ്വാസികളും മലകളിൽ നിർമ്മിച്ച ആവാസ വ്യവസ്ഥയിൽ നിന്നും വ്യത്യസ്തമായി മലകളിൽ നിന്നും തീരപ്രദേശങ്ങളിൽ നിന്നും അകന്ന് നദീതടങ്ങളിലെ കൃഷി ഭൂമികളിലേക്ക് നേരിട്ട് കടന്നുവരികയായിരുന്ന ബ്രാഹ്മണ സമൂഹം. നാട്ടുവാഴികളും രാജാക്കന്മാരും ബ്രാഹ്മണർക്ക് യഥേഷ്ടം ഭൂമി ദാനമായി നൽകിത്തുടങ്ങിയതോടെ കൃഷിഭൂമിയുടെ ഉടമസ്ഥത യും അധികാരവും പതിയെ ബ്രാഹ്മണ സമൂഹത്തിന് കൈവരികയാ യിരുന്നു. കാട്ടുകളിലെ മനുഷ്യാവാസ കേന്ദ്രങ്ങൾക്ക് പകരം നാട്ടുകൾ

പരക്കെ ഉദയം ചെയ്യന്നതും വളരുന്നതും ഇക്കാലത്താണ്. ഇന്ത്യയൊ ട്ടാകെയും ബ്രാഹ്മണരുടെയും അവരുടെ ആശയ സംഹിതകളുടെയും വികാസത്തിന്റെ ഒരു കാലമായിരുന്നു ഇത്. ഇന്ത്യൻ ഭൂപ്രഭുത്വത്തിന്റെ ഉയർച്ചയിലും വളർച്ചയിലും ഈ ഗ്രാമ സമുദായങ്ങൾ നിർണ്ണായകമായ സ്വാധീനം ചെലുത്തി. ആധുനിക കൃഷി രീതികളിൽ ബ്രാഹ്മണ സമൂഹം ആർജ്ജിച്ച വൈദഗ്ധ്യം കൃഷിയെ സമൂഹത്തിന്റെ മുഖ്യധാരയിലേക്ക് കൊണ്ടു വരുന്നതിനും ഇടയാക്കി.

സംസ്ക്കാരത്തിന്റെ ദീപസ്തംഭങ്ങൾ

മഹാശിലായുഗ സ്മാരകങ്ങളുടെയും ബൗദ്ധ-ജൈനപ്പഴമകളുടെയും മുദ്രകൾ പേറുന്ന നാടായ കരിവെള്ളൂരിന് സാഹിത്യം, കല, വിദ്യാഭ്യാസം. രാഷ്ട്രതന്ത്രം തുടങ്ങി വിവിധ മണ്ഡലങ്ങളിൽ പ്രകാശം പരത്തിയ പ്രതിഭകളുടെ ജന്മഗേഹം എന്ന പ്രശസ്തിയുമുണ്ട്. കരിവെള്ളൂരിന്റെ പിൽക്കാല രാഷ്ട്രീയ-സാംസ്ക്കാരിക പ്രബുദ്ധതയ്ക്ക് ഈ മഹത്തായ പൈതൃകത്തിന്റെ പിൻബലവുമുണ്ട്.

എ ഡി 1584 ൽ കരിവെള്ളൂരിലെ വങ്ങാട്ട് ഉണിത്തിരിമാരുടെ കുടുംബത്തിൽപെട്ട ജ്യേഷ്ഠാനുജന്മാരിൽ ഇളയ ആൾ, തറവാട്ടിലെ പ്രായം ചെന്ന സ്ത്രീകളുടെ ആവശ്യമനുസരിച്ച്, അവർക്കുകൂടി ഹൃദിസ്ഥമാകുന്ന ഭാഷയിൽ വാത്മീകി രാമായണത്തെ ഉപജീവിച്ച് എഴുതിയ 'ഉത്തരരാമായണം ഗദ്യം' മലയാള ഭാഷയിലെത്തന്നെ അഭിമാനകരമായ ഒരു കൃതിയായിട്ടാണ് കണക്കാക്കപ്പെടുന്നത്. 'മൂലത്തെ പ്രായേണ വികസിപ്പിക്കുന്ന അദ്ദേഹത്തിന്റെ കാവ്യഗതിക്ക് ഭാഷയുടെ സമഗ്രമായ ഓജസ്സും ധാരാവാഹിത്വവും ഉണ്ട്' എന്ന് മഹാകവി ഉള്ളൂർ കേരള സാഹിത്യ ചരിത്രത്തിൽ 'ഉത്തര രാമായണം ഗദ്യ'ത്തെ വിലയിരുത്തുന്നുണ്ട്. അക്കാലത്തെ വിശിഷ്ട കവിയായിരുന്ന കോട്ടൂർ നമ്പിയാർ രചിച്ച 'കുചേല കഥ പഞ്ചവൃത്തം' എന്ന കൃതിയെക്കുറിച്ചും ഉള്ളൂർ സാഹിത്യ ചരിത്രത്തിൽ രേഖപ്പെടുത്തിയിട്ടുണ്ട്. 'സുഭദ്രാഹരണം കൈകൊട്ടിക്കളിപ്പാട്ട്', 'നളചരിതം കോൽക്കളിപ്പാട്ട്' എന്നിങ്ങനെ രണ്ട ഭാഷാഗാനങ്ങൾ കൂടി 'കുചേല കഥ'യ്ക്ക് പുറമെ അദ്ദേഹം

സമര സ്മാരകം ഉദ്ഘാടനം

രചിച്ചതായി ഉള്ളൂർ എഴുതുന്നു. ചിറക്കൽ കോവിലകം വക കോട്ടൂർ മഠത്തിനടുത്താണ് പള്ളിയറ എന്ന മണക്കാട്ട് കോട്ടൂർ ക്ഷേത്രം. അവിടെ വസിച്ചിരുന്ന കോട്ടൂർ നമ്പിയാർ പത്താം നൂറ്റാണ്ടിൽ രചിച്ച ഈ കൃതികൾ കൂടി കണക്കിലെടുക്കുമ്പോൾ ഒരു പ്രാചീന സാഹിത്യ ചരിത്രം കൂടി കരിവെള്ളൂരിന് അവകാശപ്പെടാനുണ്ട്.

കരിവെള്ളൂരിന്റെ സാംസ്ക്കാരിക ചരിത്രത്തിലെ മൂന്ന് ദീപസ്തംഭ ങ്ങളാണ് മണക്കാടൻ ഗുരുക്കൾ, പലിയേരി എഴുത്തച്ഛൻ, ശങ്കരനാഥ ജ്യോത്സ്യർ എന്നിവർ. തങ്ങളുടെ പ്രതിഭാവിലാസവും പ്രശസ്തിയും കൊണ്ട് ജന്മനാടിന്റെ അതിരുകൾ ഭേദിച്ചവരാണ് ഇവർ മൂന്നു പേരും. ജാതിയിൽ അധഃസ്ഥിതത്വം പേറുന്ന വണ്ണാൻ സമുദായത്തിൽപെട്ട കരിവെള്ളൂർ മണക്കാടൻ തറവാട്ടിൽ കുഞ്ഞിരാമനാണ് പിൽക്കാലത്ത് മണക്കാടൻ ഗുരുക്കൾ ആയി അറിയപ്പെട്ടത്. കരിവെള്ളൂർ ഓണക്ക ന്നിൽ അദ്ദേഹത്തിന്റെ സമാധി സ്ഥലം ഇപ്പോഴുമുണ്ട്. യുക്തിഭദ്രമായ ചരിത്രവും വിസ്മയകരമായ പുരാവൃത്തവും കെട്ടുപിണഞ്ഞു കിടക്കുന്ന സവിശേഷ വ്യക്തിത്വമാണ് മണക്കാടൻ ഗുരുക്കളുടേത്. ബുദ്ധിയും യുക്തിയും പ്രത്യൽപ്പന്നമതിത്വവും കലാസിദ്ധിയും ഇന്ദ്രജാലവും എല്ലാം സമന്വയിക്കപ്പെട്ട പ്രതിഭ. ജാതിവ്യവസ്ഥയുടെ നിയമങ്ങളെ നിഷേധിക്കുന്ന അടിയാള പ്രതിരോധത്തിന്റെ കാലത്ത് അക്കാലത്തെ പുരാവൃത്തങ്ങളിൽ യാഥാർഥ്യത്തെ കവച്ചുവെക്കുന്ന അതിശയോക്തി കലർന്നിരുന്നു. ഒരു ജനതയുടെ അതിജീവനതന്ത്രം കൂടിയായിരുന്ന അത്. സ്വപ്നങ്ങളിൽ പോലും സവർണ്ണ അധികാര വ്യവസ്ഥയെ തോൽ പ്പിക്കുകയും താഴ്ത്തിക്കെട്ടുകയും ചെയ്യുക എന്നത്. അതുകൊണ്ട് 'ചട്ട കോഴിയെ മാനം പറപ്പിക്കുന്നതു' പോലുള്ള കഥകൾ മണക്കാടൻ ഗുരുക്കളെ ചുഴ്ന്നും നിലനിൽക്കുന്നുണ്ട്.

'ഗുരുക്കൾ കുണിയനെത്തിയാൽ ഗുളികൻ മണക്കാട് കടക്കും' എന്നത് ഇത്തരത്തിൽ മണക്കാടൻ ഗുരുക്കളുടെ അപ്രമാദിത്വം വിളംബരം ചെയ്യുന്ന പഴമക്കാർക്കിടയിലെ ചൊല്ലാണ്.

മണക്കാടൻ ഗുരുക്കളെക്കുറിച്ചുള്ള കഥകളിൽ പലതിലും അധഃ സ്ഥിതരുടെ വിജയത്തെക്കുറിച്ചുള്ള മോഹചിന്തയും പ്രതീക്ഷയുമുണ്ട്. അതിൽ ഏറ്റവും പ്രധാനം മണക്കാടൻ ഗുരുക്കളുടെ പ്രാഗത്ഭ്യം കേട്ടറി ഞ്ഞ ചിറക്കൽ തമ്പുരാൻ അദ്ദേഹത്തെ ആളയച്ച വരുത്തിയതിനെപ്പ റ്റിയുള്ള കഥകളാണ്. കാണാനുള്ള തരക് കിട്ടിയപ്പോൾ തന്നെ ആദര പൂർവ്വം അത് അംഗീകരിച്ചുവെങ്കിലും ഒരു ശക്തിപരീക്ഷണത്തിനുള്ള വെല്ലുവിളിയാണ് അതെന്ന് ഗുരുക്കൾ തിരിച്ചറിഞ്ഞു. തന്റെ ശിഷ്യനായ പുതിയടവൻ ഗുരുക്കളാണ് ചിറക്കലേക്ക് കൂട്ട് പോയത്. ജാതിയിൽ

സവർണ്ണനായ പ്രതിയടവൻ ഗുരുക്കളെ ശിഷ്യനാക്കാൻ പോന്ന അംഗീകാരവും ബൗദ്ധിക ഔന്നത്യവും മണക്കാടൻ ഗുരുക്കൾക്ക് അന്നുണ്ടായിരുന്നു എന്ന കൂടിയാണ് ഇതിൽ നിന്ന് വ്യക്തമാകുന്നത്. മൂന്നു പുഴകൾ കടന്നാണ് ഗുരുവും ശിഷ്യനും ചിറക്കലേക്ക് പോകേണ്ടത്. കടത്തു വഞ്ചികളൊന്നും അന്ന് പുഴയിൽ ഇറക്കരുതെന്ന് തമ്പുരാൻ രഹസ്യമായി ചട്ടം കെട്ടിയിരുന്നത്രെ. ശിഷ്യന്റെ കയ്യും പിടിച്ച് മുട്ടറ്റം വെള്ളത്തിലിറങ്ങിയ ഗുരു 'ജലസ്തംഭന വിദ്യ' കൊണ്ട് പുഴ കടന്ന എന്നാണ് ആദ്യ കഥ. ചിറക്കൽ എത്തിയപ്പോൾ കൊട്ടാര വാതില്പക ളെല്ലാം അടഞ്ഞു കിടക്കുന്നതാണ് രണ്ടുപേരും കണ്ടത്. മികച്ച കായി കാഭ്യാസികളായിരുന്ന ഗുരുവും ശിഷ്യനും ഞൊടിയിടയിൽ മലക്ക ത്തിലൂടെ അകത്തെത്തി. കൊട്ടാരത്തിൽ എത്തിയപ്പോൾ വേഷം കൊണ്ട് തിരിച്ചറിയാനാവാത്ത രാജപ്രൗഢിയുള്ള നിരവധിപേർ ഒരു ഭാവഭേദവുമില്ലാതെ ഒന്നിച്ചിരിക്കുന്നു. ആൾ മാറി ഉപചാരം കാട്ടിയാൽ രാജസദസ്സിൽ പരിഹാസ്യനാകും. മണക്കാടൻ ഗുരുക്കൾ ഒരു നിമിഷം ഏകാഗ്രതയോടെ കണ്ണടച്ചു നിന്നു. പിന്നെ യഥാർത്ഥ രാജാവിന്റെ നേരെ നടന്നു ചെന്ന് അദ്ദേഹത്തെ വണങ്ങി. പരീക്ഷണ പരമ്പരകൾ അവിടെയും അവസാനിച്ചിരുന്നില്ല. ഉച്ചയൂണിനായി പരിചാരകർ ഊട്ടുപുരയിലേക്ക് ക്ഷണിച്ചു. ഊണ് കഴിച്ചവർ എച്ചിലില സ്വയം എട ത്തുകളയുന്ന ചിട്ടയാണ് അവിടെയുള്ളത്. ജാതിയിൽ താഴ്ന്ന വണ്ണാൻ ആയതുകൊണ്ട് അത് നിർബന്ധവുമായിരുന്നു. എല്ലാ പരീക്ഷണങ്ങളി ലും ജയിച്ചുമുന്നേറുന്ന ഗുരുക്കളെ ഇതിലെങ്കിലും താഴ്ത്തിക്കെട്ടാമെന്ന് ഉറപ്പായും തമ്പുരാനും പരിചാരകരും പ്രതീക്ഷിച്ചിരിക്കണം... പന്തിയിൽ ഇലവെച്ചു തുടങ്ങിയിരുന്നു. പക്ഷേ, ഗുരുക്കൾക്ക് ഇലവെച്ചപ്പോൾ അദ്ദേഹം അത് തടഞ്ഞു. 'അടിയൻ കുമ്പളത്തിന്റെ ഇലയിലാണ് ഊണ് കഴിക്കുക' എന്ന് തീർത്ത് പറഞ്ഞു. കുമ്പളത്തിന്റെ ഇലയിൽ ചുട്ട ചോറ് വിളമ്പിയപ്പോൾ അത് കഴിച്ചശേഷം ആ വെന്ത ഇലയും എടുത്ത് കഴിച്ച് ഗുരുക്കൾ കൈ കഴുകാൻ എഴുന്നേറ്റു. അന്ന് വൈകുന്നേരം രാജാവ് മണക്കാടൻ ഗുരുക്കൾക്ക് ഒരു കുറിപ്പ് കൈമാറി. 'ഒന്നുറെ നാല്പത് (39) തെയ്യങ്ങൾ' കെട്ടിയാടണം എന്നതായിരുന്ന അതിലെ ആവശ്യം. ആ രാത്രിയിൽ മുപ്പത്തൊമ്പത് തെയ്യങ്ങളും മണക്കാടൻ ഗുരുക്കൾ കെട്ടിയാടി. തെയ്യം കലയുടെ കുലപതിയായി മണക്കാടൻ ഗുരുക്കളെ ആരാധിക്കുന്നത് അത് കൊണ്ടാണ്. യുക്തിയിലും ബുദ്ധിയിലും കലയിലും ഒരുപോലെ പ്രാഗത്ഭ്യമുള്ള മണക്കാടൻ ഗുരുക്കളുടെ പ്രതിഭട്ട് മുന്നിൽ ചിറക്കൽ തമ്പുരാൻ അത്ഭുത സ്തബ്ധനായി. 'എന്നെ ഒന്ന് സ്വർഗ്ഗത്തിലേക്കുയർത്താമോ?' വിസ്മയ വിവശനായി മാറിയ രാജാവിന്റെ ചോദ്യം പെട്ടെന്നായിരുന്നു. ഗുരുക്കൾ ഒരു നിമിഷം

നിശ്ശബ്ദനായി കൈ കൂപ്പി. 'അതിൽ പിടിച്ചോളൂ.' മുകളിൽ നിന്നിറങ്ങി വന്ന ചരട് ചൂണ്ടിക്കാണിച്ച് ഇരുക്കൾ പറഞ്ഞു. രാജാവ് ചരടിൽ പിടിച്ചതും മുകളിലേക്ക് പൊങ്ങിത്തുടങ്ങി... അദ്ദേഹം ഭയപരവശനായി. 'ഇരുക്കളേ, എന്നെ ഒന്ന് രക്ഷിക്കൂ' തമ്പുരാൻ ഭയന്ന് നിലവിളി തുടങ്ങിയിരുന്നു. അപ്പോൾ ചരട് താഴോട്ട് ഇറങ്ങി വന്നു. സ്വസ്ഥാനത്ത് രാജാവ് ഇരിപ്പുറപ്പിച്ചു. മണക്കാടൻ വീട്ടിൽ കുഞ്ഞിരാമന് 'മണക്കാടൻ ഇരുക്കൾ' എന്ന സ്ഥാനപ്പേരും വീരശൃംഖലയും നൽകിയത് സാക്ഷാൽ കോലത്തിരി രാജാവ് തന്നെ. ജീവിതത്തിലെ വലിയ പ്രതിസന്ധിയെ നേരിട്ട് വിജയശ്രീലാളിതനായി കരിവെള്ളൂരിലേക്ക് മടങ്ങിയെത്തിയ ഇരുക്കൾ പിന്നീട് അധികകാലം ജീവിച്ചിച്ചിരുന്നില്ല. തന്റെ അടുത്ത ശിഷ്യഗണങ്ങളെ മുഴുവൻ വിളിച്ച് കരിവെള്ളൂർ ശിവക്ഷേത്രത്തിന്റെ കിഴക്കേ നടയിൽ ഓണക്കുന്നിനടുത്ത് മണ്ണ് കുഴിച്ച് കെട്ടിയുണ്ടാക്കിയ ഒരു കൽത്തറയിൽ തന്നെ സമാധിയിരുത്തണമെന്ന് അദ്ദേഹം ആവശ്യപ്പെട്ടു. മണക്കാടൻ ഇരുക്കൾക്കായി നിഗൂഢത ച്ചുഴ്ന്നു നിൽ ക്കുന്ന ഒരു കൽത്തറ ഇപ്പോഴും ഓണക്കുന്നിൽ ഉണ്ട്. അന്ന് മുതൽ കേട്ടുതുടങ്ങിയ അദ്ദേഹത്തെക്കുറിച്ചുള്ള അപദാനങ്ങൾക്കും കഥകൾ ക്കും യുക്തിയെ നിരാകരിക്കുന്ന ഭാവനയും ഭ്രമാത്മകതയുമുണ്ട്. എങ്കിലും അതിലെല്ലാം ചിറക്കൽ കോവിലകത്തോട്ടും സവർണ്ണ-നാട്ടുവാഴിത്ത അധികാര ശക്തികളോട്ടും ഒരിക്കലും തോൽക്കാൻ മനസ്സില്ലാത്ത പാവ പ്പെട്ടവരുടെയും അധഃസ്ഥിതരുടെയും ആഗ്രഹങ്ങളും അഭിമാന ബോധ വുമുണ്ട്. നിറം പിടിപ്പിച്ച മിത്തുകൾ പിന്നെ ഭാവിയെയും ചരിത്രത്തെയും സ്വാധീനിക്കുന്ന പ്രേരക ശക്തികളിൽ ഒന്നായിത്തീരുന്നതാണ് നമ്മുടെ മുന്നിലെ അനുഭവം.

വേദാന്തം, വൈദ്യം, ഇന്ദ്രജാലം എന്നിവയിലെല്ലാം അഗാധമായ പാണ്ഡിത്യമുള്ള പലിയേരി എഴുത്തച്ഛൻ കരിവെള്ളൂരിന്റെ ആദ്ധ്യാത്മിക ഇരുവായിരുന്നു. നാടിന്റെ വടക്ക കിഴക്കേ മൂലയായ പലിയേരിയിലെ പലിയേരി വീട്ടിൽ രയരപ്പനാണ് ജ്ഞാനാന്വേഷണങ്ങളിലൂടെ പലിയേരി എഴുത്തച്ഛനായി മാറുന്നത്. ബുദ്ധിവൈഭവത്തിന്റെയും ആശയധീരതയുടെയും ഉദാഹരണങ്ങളായ നിരവധി കഥകൾ പലിയേരി എഴുത്തച്ഛനെക്കുറിച്ചും ഉണ്ട്. പലിയേരിയിലെ അപൂർവ്വ സസ്യ ജൈവ കലവറയായ തട്ടുപ്പുക്കളും കാവിലെ മൂകാംബികാ ക്ഷേത്രവും നിർമ്മിച്ചത് പലിയേരി എഴുത്തച്ഛനാണ്. ബ്രാഹ്മണർക്ക് മാത്രം അനുവദനീയമായിരുന്ന കരിവെള്ളൂർ ശിവക്ഷേത്രത്തിലെ മണിയടിച്ച് തൊഴുക എന്ന കർമ്മം വിലക്ക് ലംഘിച്ച് ആദ്യമായി നിർവ്വഹിച്ചതും അദ്ദേഹം തന്നെ. അത്യധികം പ്രശസ്തരായിത്തീർന്ന

ചില ശിഷ്യരിലൂടെയും പലിയേരി എഴുത്തച്ഛന്റെ ഖ്യാതി അതിർത്തികൾ ലംഘിച്ചു പരന്നു. ആലക്കാടൻ ഗുരുക്കൾ, പറ്റവാ എഴുത്തച്ഛൻ എന്നീ പണ്ഡിത ശ്രേഷ്ഠന്മാരും, ദേശീയ പ്രശസ്തനായിത്തീർന്ന ശങ്കരനാഥ ജ്യോത്സ്യരും പലിയേരി എഴുത്തച്ഛന്റെ ശിക്ഷണത്തിൽ വളർന്നവ രാണ്.

കരിവെള്ളൂരിൽ പിറന്നു വളർന്നു ഭാരതം മുഴുവൻ അറിയപ്പെട്ട ശങ്കരനാഥ ജ്യോത്സ്യർ (1790-1859) പ്രമുഖ ജന്മി കുടുംബമായ വങ്ങാട്ട് ഉണിത്തിരി മഠത്തിലെ പാർവ്വതിയമ്മയുടെയും പെരിഞ്ചെല്ലൂർ പട്ടേ ടത്തില്ലത്ത് അഗ്നിശർമ്മൻ നമ്പൂതിരിയുടെയും ഏക മകനായി 1790 ജൂലായ് 16 നാണ് ജനിച്ചത്. അതുല്യ പ്രതിഭയായിരുന്നെങ്കിലും ചെറുപ്പ കാലത്ത് പഠനകാര്യങ്ങളിൽ അൽപ്പം പോലും താൽപ്പര്യമുണ്ടായിരുന്നി ല്ല. കൂട്ടുകാരോടൊത്ത് കളിക്കാനും കറങ്ങി നടക്കുവാനും മറ്റുമായിരുന്നു കൗതുകം. സംസ്കൃത വിദുഷിയും അതി ബുദ്ധിമതിയുമായിരുന്ന അമ്മ യ്ക്ക്, ഏക മകനെ പഠിപ്പിച്ച് നല്ലനിലയിൽ വളർത്തിയെടുക്കണമെന്നാ യിരുന്ന ആഗ്രഹം.

'മോനേ, നീ കുതിരയുടെ വയറ്റിൽ പിറന്ന കഴുതയായിപ്പോയല്ലോ' എന്ന് സഹിക്കാനാകാത്ത നൈരാശ്യത്തിൽ 'അമ്മ പറഞ്ഞത് കുട്ടിയായ ശങ്കരനാഥനെ ഇളക്കിമറിച്ചു. ആത്മാഭിമാനത്തിനേറ്റ ക്ഷതം പോലെ അതിനെ കരുതിയ ശങ്കരനാഥൻ പിന്നീട് പഠനകാര്യങ്ങളിൽ അത്യുത്സാഹം കാട്ടിത്തുടങ്ങി. മുഖ്യ ഗുരുനാഥനായ പലിയേരി എഴ ത്തച്ഛനിൽ നിന്നും കാവ്യാലങ്കാരം, വൈദ്യം, ജ്യോതിഷം, തർക്കം, വ്യാകരണം തുടങ്ങിയ വിഷയങ്ങളിൽ അവഗാഹം നേടി. ചെറുപ്പം തൊട്ടേ തന്റെ ശിഷ്യനെക്കുറിച്ച് ഗുരുവിന് തികഞ്ഞ അഭിമാനമായി രുന്നു. പ്രായത്തെ അതിശയിക്കുന്ന ബുദ്ധിശക്തിയും തീരാത്ത സംശ യങ്ങളുമായിരുന്ന ശങ്കരനാഥന്റെ കൈമുതൽ.

ഇന്ത്യ മുഴുവൻ ചുറ്റി സഞ്ചരിക്കാനും ജ്ഞാനാന്വേഷണം നടത്താ നും ശങ്കരനാഥൻ ആഗ്രഹിച്ചെങ്കിലും, ഏക മകനായതുകൊണ്ട് അമ്മ അതിനനുവദിച്ചില്ല. 'കുടുംബത്തിന്റെ ശ്രേയസ്സിനായി കാശിയിലേക്ക് പോകുന്നുവെന്നും ഗംഗയിൽ മുങ്ങിക്കുളിച്ച് പാപ പരിഹാരം വരുത്തി മടങ്ങി വരാമെന്നും അറിയിച്ചപ്പോൾ' അമ്മ സമ്മതം മൂളി. ദക്ഷിണ ഭാരതത്തിലെ മഹാപണ്ഡിതരുടെ കേന്ദ്രമായ കാഞ്ചീപുരത്താണ് ആദ്യം എത്തിയത്. അവിടെ കാമാക്ഷിയമ്മൻ കോവിലിൽ താമസം. ആഹാരത്തിന് പോലും വഴിയുണ്ടായിരുന്നില്ല. ക്ഷേത്രത്തിലെ അടിച്ച തളിക്കാരി അവർക്ക കിട്ടുന്ന പടച്ചോറിൽ ഒരു പങ്ക് കൊടുത്തിട്ടാണ് ശങ്കരനാഥനെ വിശപ്പടക്കാൻ സഹായിച്ചത്. കാഞ്ചീപുരത്തെ ഒട്ടുമിക്ക

പണ്ഡിതരെയും കാണുകയും സംസാരിക്കുകയും സംശയ നിവൃത്തി വരു
ത്തുകയും ചെയ്ത ശങ്കരനാഥന്റെ അറിവിന്റെ ചക്രവാളങ്ങൾ അത്യധി
കം വികസ്വരമായിത്തീർന്നു. കാഞ്ചീപുരത്ത് നിന്ന് കാശിയിലേക്കുള്ള
യാത്രയിലും ശങ്കരനാഥൻ പ്രധാന ക്ഷേത്രങ്ങളെല്ലാം സന്ദർശിച്ചു. വി
ജ്ഞാന കേന്ദ്രങ്ങൾ മുഴുവൻ കയറിയിറങ്ങി. പ്രമുഖരായ പണ്ഡിതരെ
മുഴുവൻ കണ്ട് അവരിൽ നിന്നും പല വിഷയങ്ങളിലും ഉപദേശങ്ങളും
നിർദ്ദേശങ്ങളും സ്വീകരിച്ചു. കാശിയിലെത്തിയ ശേഷം പ്രാർത്ഥന പ്ര
കാരമുള്ള ക്ഷേത്ര ദർശനവും ഗംഗാസ്നാനവും നിർവ്വഹിച്ചു. പണ്ഡിത
ശ്രേഷ്ഠനായ വരാഹാചാര്യന്റെ ശിഷ്യത്വം സ്വീകരിച്ച് ഔപചാരികമായ
വേദപഠനവും ജ്യോതിഷപഠനവും നടത്തി. കുശാഗ്രബുദ്ധിയായ ശങ്കര
നാഥൻ ഭാവിഫല നിർണ്ണയത്തിൽ അപാരമായ കഴിവ് പ്രദർശിപ്പിച്ചു.
പൊതുവെ ഉത്തരേന്ത്യയിലെ രാജാക്കന്മാരും പ്രഭക്കളും ജ്യോതിഷത്തി
ലും ഭാവിഫല പ്രവചനത്തിലും കാര്യമായി വിശ്വാസമുള്ളവരായിരുന്നു.
അതുകൊണ്ട് കണക്കറ്റ പണവും പാരിതോഷികങ്ങളും നൽകിയാണ്
അവർ സന്തുഷ്ടി പ്രകടിപ്പിച്ചത്. പക്ഷേ, ജ്ഞാനസമ്പന്നനായ ശങ്കര
നാഥൻ ധനത്തോട് എന്നും അകലം പാലിച്ചിരുന്നു. തന്റെ അദ്ധ്വാന
വും അതുവഴി ആർജ്ജിച്ച അറിവും പണമുണ്ടാക്കാനുള്ള മാർഗ്ഗമായി
അദ്ദേഹം കണ്ടിരുന്നില്ല. തനിക്ക് ലഭിച്ചതെല്ലാം പൊതുജനങ്ങൾക്ക്
ഉപകരിക്കും വിധം ചെലവഴിക്കണമെന്ന് അദ്ദേഹം തീരുമാനിച്ചു. കാശി
യിൽ മണികർണ്ണികാ ഘട്ടത്തിൽ ഭക്തജനങ്ങൾക്ക് വേണ്ടി അദ്ദേഹം
പണികഴിപ്പിച്ച മനോഹരമായ സത്രം 'ജോഷി ഘട്ട്' എന്ന പേരിൽ
ഇന്നും അറിയപ്പെടുന്നു.

ഹിമാലയ സാനുവിലെ 'കൊട്ടകാംഗ്ര'യിലെ രാജാവ് 'ശംശേർശ
ന്ദ്' അദ്ദേഹത്തെ കാശിയിലെത്തി ക്ഷണിച്ചു കൊണ്ടുപോയി 1816ൽ
തന്റെ കൊട്ടാരത്തിലെ ആസ്ഥാന പണ്ഡിതനായി നിയമിച്ചു. ജ്വാലാ
മുഖി ഉടമ്പടി പ്രകാരം 'ലാഹോർ സിംഹം' എന്നറിയപ്പെട്ട രണ്ജിത്
സിംഹന്റെ രാജ്യത്തോട് 'കാംഗ്ര' കൂട്ടിക്കിച്ചേർക്കപ്പെട്ടുവെങ്കിലും 1823
മുതൽക്കാണ് രണ്ജിത് സിംഹൻ അധികാരം ഏറ്റെടുത്തത്. ശങ്കര
നാഥന്റെ സിദ്ധികളെക്കുറിച്ച് മനസ്സിലാക്കിയ രണ്ജിത് സിംഹൻ
വിസ്മയിച്ചു. അദ്ദേഹത്തെ ലാഹോറിലേക്ക് കൂട്ടിക്കൊണ്ടു പോയി
തന്റെ രാജ്യസഭയിലെ അഭ്യന്തര- വിദേശകാര്യ വകുപ്പുകളുടെ ചുമതല
യോടെ വിദ്വൽ സദസ്സിന്റെ നാഥനായി നിയോഗിച്ചു. ഒപ്പം മുഖ്യ ജ്യോ
തിഷിയും അദ്ധ്യാത്മവിദ്യാ ഉപദേഷ്ടാവുമാക്കി. രണ്ജിത് സിംഹന്റെ
പഞ്ചാബിന്റെ ചൈതന്യം മുഴുവൻ ശങ്കരനാഥ ജ്യോത്സ്യർ എന്ന മഹാ
ജ്ഞാനിയായ ഭരണ തന്ത്രജ്ഞന് അവകാശപ്പെട്ടതാണെന്ന ഖ്യാതി

എങ്ങും പരന്നു. ബ്രിട്ടീഷുകാർ ഒരിക്കലും രണ്ജിത് സിംഹനുമായി സ്വരച്ചേർച്ചയിൽ ആയിരുന്നില്ല. പല ഭരണ നടപടികളിലും ബ്രിട്ടീഷ് സർക്കാരിന്റെ ഇടപെടലുകൾ ഉണ്ടായിരുന്നു. അപ്പോഴൊക്കെ സന്ധി സംഭാഷണങ്ങൾക്ക് രാജാവിന്റെ പ്രതിപുരുഷനായി പോയിരുന്നത് ശങ്കരനാഥ ജ്യോത്സ്യർ ആയിരുന്നു. നയതന്ത്രജ്ഞതയും രാഷ്ട്രീയ ജാഗ്രതയും കൊണ്ട് അദ്ദേഹം ശത്രുക്കളുടെ പോലും പ്രശംസ പിടിച്ചു പറ്റി. രണ്ജിത് സിംഹൻ തന്റെ കൊട്ടാരത്തിൽ തന്നെയാണ് ശങ്കര നാഥനെയും താമസിപ്പിച്ചിരുന്നത്. ഔദ്യോഗിക യാത്രകളിൽ മാത്രമല്ല, സ്വകാര്യ യാത്രകളിൽപ്പോലും ശങ്കരനാഥനെ രാജാവ് കൂടെ കൊണ്ടു പോയിരുന്നു. അഫ്ഘാൻകാരുമായി രണ്ജിത് സിംഹൻ യുദ്ധം ചെയ്യപ്പോൾ യോദ്ധാവിന്റെ വേഷം ധരിച്ച് പടക്കിറങ്ങുക മാത്രമല്ല, കവിളിൽ വാൾത്തല കൊണ്ട് ശങ്കരനാഥന് മുറിവേൽക്കുകയും ചെയ്തു. യുദ്ധത്തിലേറ്റ മുറിവിന്റെ പാട് ശങ്കരനാഥ ജ്യോത്സ്യരുടെ കവിളിൽ വി ശ്വസ്തതയുടെയും ശൗര്യത്തിന്റെയും അടയാളം പോലെ മരണം വരെയും ഉണ്ടായിരുന്നു. യുദ്ധം ജയിച്ചപ്പോൾ വീണ്ടും അദ്ദേഹത്തിന് രാജാവ് ഭൂമിയും പാരിതോഷികങ്ങളും നൽകി.

മലയാളിയായ ഈ മഹാപണ്ഡിതനെക്കുറിച്ച് കേട്ടറിഞ്ഞ സ്വാ തിതിരുനാൾ മഹാരാജാവ് അദ്ദേഹത്തെ തന്റെ കൊട്ടാരത്തിലേക്ക് ക്ഷണിച്ചു കൊണ്ടു വരണമെന്ന് ആഗ്രഹിച്ചു. ഗവർണ്ണർ ജനറൽ വില്യം ബെൻഡിക്ക് പ്രഭ വഴി രണ്ജിത് സിംഹനെ അനുവാദത്തി നായി സമീപിച്ചു. കേരളത്തിൽ നിന്നുള്ള ഈ ആവശ്യം ശങ്കരനാഥ ജ്യോത്സ്യർക്കുള്ള വലിയ അംഗീകാരമായിട്ടാണ് രണ്ജിത് സിംഹൻ കരുതിയത്. തന്റെ ആത്മമിത്രത്തെ കയ്യൊഴിയാൻ ഒട്ടും താല്പര്യമുണ്ടാ യിരുന്നില്ലെങ്കിലും മനസ്സില്ലാ മനസ്സോടെ രണ്ജിത് സിംഹൻ അതിന് അനുവദിക്കയാണ് ചെയ്തത്.

'ഉത്തമ പുരുഷ നിർമ്മല ബുദ്ധ് ജോഷി ശങ്കരനാഥ് ദി സ്പിരിച്ചൽ അഡൈ്വസർ ഓഫ് രണ്ജിത്ത് സിംഗ് (ദി ലയൺ ഓഫ് ലാഹോർ)' എന്ന ബ്രിട്ടീഷ് ഇന്ത്യയിലെങ്ങും തടസ്സമൊന്നുമില്ലാതെ യാത്ര ചെയ്യ ന്നതിനുള്ള ഒരു സാക്ഷ്യപത്രം ആദരപൂർവ്വം വില്യം ബെൻഡിക്ക് പ്രഭ ശങ്കരനാഥ ജ്യോത്സ്യർക്ക് നൽകി.

1827 ൽ തിരുവനന്തപുരത്തെത്തിയ ശങ്കരനാഥ ജ്യോത്സ്യരെ സ്വാതിതിരുനാൾ രാജാവ് 'സദർ കോടതി' ജഡ്ജിയായി നിയമിച്ചു. (സദർ കോടതിയാണ് പിൽക്കാലത്ത് ഹൈക്കോടതിയായി അറിയ പ്പെട്ടത്.) ശങ്കരനാഥ ജ്യോത്സ്യർ സ്വാതി തിരുനാളിന്റെ മന:സാക്ഷി സൂക്ഷിപ്പുകാരനായിരുന്നു. അദ്ദേഹത്തിന്റെ സേവനം തനിക്കും

തിരുവിതാംകൂറിനും വലിയ അനുഗ്രഹമാണെന്ന് സ്വാതിതിരുനാൾ രണ്ജിത് സിംഹനയച്ച കത്തിൽ പറയുന്നുണ്ട്. പക്ഷെ തിരുവിതാം കൂറിന്റെ അനുഗ്രഹം പഞ്ചാബിന്റെ ശാപമായി മാറി. അവിടെ പല പ്രതിസന്ധികളും അതിനകം ഉടലെടുത്തിരുന്നു. രണ്ജിത് സിംഹന്റെ നിരന്തരമുള്ള സ്നേഹപൂർണമായ അഭ്യർത്ഥനകൾ മാനിച്ച് 1835 ൽ തിരുവിതാംകൂറിലെ ഉദ്യോഗം ഉപേക്ഷിച്ച് അദ്ദേഹം പഞ്ചാബിലേക്ക് തിരിച്ചുപോയി. 1839 ൽ രണ്ജിത് സിംഹൻ അന്തരിച്ചു. തുടർന്ന് അധി കാരത്തിൽ വന്ന ഖരക് സിംഗിന്റെയും ഷേർ സിംഗിന്റെയും കൂടെയും അദ്ദേഹം സേവനം തുടർന്നു. പക്ഷേ, രണ്ജിത് സിംഹന്റെ വിയോഗം വലിയ ശൂന്യതയാണ് സൃഷ്ടിച്ചത്. സൗഹൃദത്തിന്റെ അന്തരീക്ഷം നഷ്ട പ്പെട്ടതായി അദ്ദേഹത്തിന് തോന്നി. 1844 ൽ ശങ്കരനാഥ ജ്യോത്സ്യർ പഞ്ചാബിനോട് വിടചോദിച്ചു, തിരുവിതാംകൂറിൽ തിരിച്ചെത്തിയ അദ്ദേഹം സ്വാതിതിരുനാളിന്റെ അഭ്യർത്ഥന മാനിച്ച് ഫൗസ്ദാരി കമ്മീഷണറായി ചുമതലയേറ്റു. 1847ൽ സ്വാതിതിരുനാൾ ദിവംഗത നായി. ഉത്രം തിരുനാളിന്റെ അഭ്യർത്ഥന അനുസരിച്ച് പിന്നെയും സേവനം തിരുവിതാംകൂറിൽ തന്നെ തുടർന്നു. കരിവെള്ളൂർ സൃഷ്ടിച്ച മഹാപണ്ഡിതനായ ഭാരതപുത്രൻ ശങ്കരനാഥ ജ്യോത്സ്യർ 1859 ൽ അന്തരിച്ചു. മികച്ച രാജ്യതന്ത്രജ്ഞൻ എന്ന നിലയിൽ മാത്രമല്ല, വേദോപനിഷത്തുക്കളിലും ആദ്ധ്യാത്മിക ദർശനത്തിലും അഗാധമായ പാണ്ഡിത്യമുള്ള എഴുത്തുകാരൻ, കവി എന്ന നിലയിലുമാണ് അദ്ദേഹം ആദരിക്കപ്പെടുന്നത്. 'ജ്ഞാനവാസിഷ്ടം', 'ദേവീഭാഗവതഭാഷ്യം', 'നാമഭാഷ്യം', 'കാശീഖണ്ഡം', 'ഗൗരീതന്ത്രം' തുടങ്ങി നിരവധി ഗ്ര ന്ഥങ്ങൾ അദ്ദേഹത്തിന്റേതായുണ്ട്. തിരുവനന്തപുരത്ത് ആറ്റുകാൽ ചെറുകര വീട്ടിൽ ലക്ഷ്മിയാണ് അദ്ദേഹത്തിന്റെ ഭാര്യ. 'ദേവീ ഭാഗവതം' കിളിപ്പാട്ട് രചിച്ച കവിയും സംസ്കൃത പണ്ഡിതനുമായിരുന്ന ആറ്റുകാൽ ശങ്കരപ്പിള്ള ശങ്കരനാഥജ്യോത്സ്യരുടെ ഏക മകനായിരുന്നു.

മണക്കാടൻ ഗുരുക്കൾ, പലിയേരി എഴുത്തച്ഛൻ, ശങ്കരനാഥ ജ്യോ ത്സ്യർ, പുതിയടവൻ ഗുരുക്കൾ, പറ്റവാ എഴുത്തച്ഛൻ, ആലക്കാടൻ ഗുരുക്കൾ തുടങ്ങി കരിവെള്ളൂരിന്റെ ചരിത്ര-ജീവിത വഴികളിൽ വെളിച്ചം വിരിച്ചു നിന്നവർ ഏറെയുണ്ട്. ഉന്നതമായ ഒരു വൈജ്ഞാനിക-സാം സ്ക്കാരിക പശ്ചാത്തലവും ആഴത്തിൽ വേരുകളാഴ്ത്തിയ പൈതൃകവും യുക്തിബോധത്തിൽ അധിഷ്ഠിതമായ ചോദ്യങ്ങൾ ഉന്നയിക്കുന്നതിനും വഴി കണ്ടെത്തുന്നതിനും ഒരു ജനതയ്ക്ക് മാർഗ്ഗദർശകമായിരുന്നിട്ടുണ്ട്. കരിവെള്ളൂർ എന്ന ചരിത്ര വൃക്ഷത്തിന് മണ്ണിന്റെ ഉപരിതലത്തിൽ കാണുന്നതുയും കാതലും വേരുകളും മണ്ണിനടിയിലും ഉണ്ട്.

ചിറക്കൽ കോവിലകവും കരിവെള്ളൂരും

ഏഴിമല ആസ്ഥാനമായി വളർന്നുവന്ന മൂഷിക രാജവംശത്തിലെ അവസാന രാജാവായ ശ്രീകണ്ഠന്റെ പിൻഗാമികളെയാണ് കോലത്തിരി രാജാക്കന്മാർ എന്ന് ഏവരും വിളിച്ചപോന്നത്. തെക്ക് കോരപ്പുഴ മുതൽ വടക്ക് കാസർകോട് വരെയാണ് കോലത്ത് നാടിന്റെ അധികാര പരിധി. ബ്രിട്ടീഷുകാർ മലബാറിൽ ആധിപത്യം സ്ഥാപിച്ച കാലത്ത് കോലത്തു സ്വരൂപത്തിന് ഏഴ ഭാഗങ്ങളുണ്ടായിരുന്നു. ചിറക്കൽ (യഥാർത്ഥ കോലത്തുനാട്) കോട്ടയം, കടത്തനാട്, കണ്ണൂർ, ഇരവിനാട്, കൊരിണ്ടോട്ടി, രണ്ടുതറ. ആദ്യകാലത്ത് രണ്ട് കോവിലക ങ്ങളായിരുന്നു പള്ളിക്കോവിലകവും ഉദയമംഗലം കോവിലകവും. പിന്നീട് പള്ളിക്കോവിലകം എട്ടും ഉദയമംഗലം കോവിലകം മൂന്നമായി വിഭജിക്കപ്പെട്ടു. പള്ളിക്കോവിലകത്തിന്റെ താവഴിയാണ് ചിറക്കൽ കോവിലകം. മൂഷിക രാജവംശത്തെയും കോലത്തിരി വംശത്തെയും ഇന്നും ബന്ധിപ്പിക്കുന്ന കണ്ണിയായി തുടരുന്നത് ചിറക്കൽ രാജവംശ മാണ്. രണ്ടു കുടുംബങ്ങളിലെയും ഏറ്റവും മൂതിർന്ന അംഗത്തെയാണ് പിന്നീട് കോലത്തിരി രാജാവായി വാഴിച്ച പോന്നത്. ബ്രിട്ടീഷ് മലബാ റിന്റെ വടക്കേ അറ്റത്തെ ചിറക്കൽ താലൂക്കിൽ കോലത്തു നാട്ടിന്റെ പരിധിയിൽ താഴെപ്പറയുന്ന അംശങ്ങളാണുണ്ടായിരുന്നത്.

കരിവെള്ളൂർ, വെള്ളൂർ, പയ്യന്നൂർ, കോറോം, എരമം, കുറ്റൂർ, കുറ്റ്യേരി, ചുഴലി, കാഞ്ഞിലേരി, കല്ല്യാട്ട്, മലപ്പട്ടം, കൊയ്യം, കുറുമാത്തൂർ, തളിപ്പ റമ്പ്, പട്ടുവം, ഏഴോം, ചെറുതാഴം, കുഞ്ഞിമംഗലം, മാടായി, മാട്ടൽ,

ചെറുകുന്ന്, കണ്ണപുരം, ഇരിണാവ്, പാപ്പിനിശ്ശേരി, കല്ല്യാശ്ശേരി, മൊറാഴ, കയരളം, കുറ്റിയാട്ടൂർ, മാണിയ്യൂർ, മുണ്ടേരി, ചേലേരി, കണ്ണാ ടിപ്പറമ്പ്, ചിറക്കൽ, അഴീക്കോട്, പുഴാതി, എളയാവൂർ എന്നിവയാണ് അവ.

മഹോദയപുരത്തെ ചേരവംശത്തിന്റെ ആധിപത്യത്തിന്റെ അസ്തമ നത്തോടെയാണ്, ഏഴിമല ആസ്ഥാനമായിരുന്ന മൂഷിക വംശത്തിന്റെ തുടർച്ചയെന്നോണം, എ ഡി പന്ത്രണ്ടാം നൂറ്റാണ്ടിൽ കോലസ്വരൂപം സ്ഥാപിക്കപ്പെട്ടന്നത്, 1732 മുതൽ 34 വരെ നടന്ന യുദ്ധങ്ങളിലൂടെ, ബൈദനൂരിലെ കന്നടിഗർ വടക്കൻ കോലത്തുനാട്ടിലെ പല പ്രദേശ ങ്ങളും പിടിച്ചടക്കി. അവർ തന്നെയാണ് ബേക്കൽ, ഹോസ് ദുർഗ്ഗ്. തുടങ്ങിയ കോട്ടകൾ പണി കഴിപ്പിച്ചതും. കണ്ണൂരിലെ അറയ്ക്കൽ രാജയുടെ ക്ഷണമനുസരിച്ച് മുപ്പതിനായിരത്തോളം കന്നഡിക പോരാളികൾ ഗോപാൽജിയുടെ നേതൃത്വത്തിൽ നടത്തിയ പൊടുന്നനെയുള്ള ആക്രമണത്തിൽ 1734 ൽ കൂടാളിയും ധർമ്മപട്ടണവും പിടിച്ചെടുത്തു. ബ്രിട്ടീഷ് സഹായത്തോടെയാണ് 1736 ൽ കോലത്തിരി ബൈദനൂരിനെ തടയിട്ടന്നത്. പക്ഷേ, വലിയ യുക ബൈദനൂരിന് കപ്പം കൊടുക്കണമെ ന്ന കരാറിൽ ഒപ്പുവെക്കേണ്ടി വന്നു. കപ്പം കൊടുക്കുന്നതിൽ വീഴ്ച വരുത്തിയതിന്റെ പേരിൽ 1737 ൽ വീണ്ടും ബൈദനൂർ കോലത്തുനാ ട്ടിനെ ആക്രമിച്ചപ്പോൾ കോലത്തിരിക്ക് ബ്രിട്ടീഷ് മധ്യസ്ഥതയിൽ മറ്റൊരു ഉടമ്പടിയിൽ കൂടി ഒപ്പുവെക്കേണ്ടി വന്നു. ബ്രിട്ടീഷുകാർ ഇത് കൗശലപൂർവ്വം ഇതൊരു അവസരമായി മുതലെടുക്കകയായിരുന്നു. ബൈദനൂർ നായ്ക്കന്മാരുമായി ഒരു സ്വതന്ത്ര വാണിജ്യ കരാറും 1737ൽ ബ്രിട്ടീഷുകാർ ഒപ്പുവെച്ചു. അനുക്രമം വർദ്ധിച്ചുകൊണ്ടിരുന്ന കപ്പവും അതിന്റെ കുടിശ്ശികയും കോലത്തിരിധയ കടക്കെണിയിലാക്കി. പാട്ടം ഇരുപത് ശതമാനമായി വർദ്ധിപ്പിക്കാൻ കോലത്തിരി തീരുമാനിച്ചു. മലബാറിലെ കച്ചവടത്തിന്റെ കുത്തക ഉറപ്പിക്കാൻ ഈ കടക്കെ ണിയെ ബ്രിട്ടീഷുകാർ കരുവാക്കി. നാനാവിധ സമ്മർദ്ദങ്ങളിൽ വീർ പ്പുമുട്ടിയ കോലത്തിരി തങ്ങളുടെ കുടുംബ വിഭജനക്കരാർ അനുസരിച്ച് ഭരണാധിപത്യം തങ്ങളുടെ ശാഖയായ ചിറക്കൽ കോവിലകത്തിന് വിട്ടുകൊടുത്തു. അങ്ങനെയാണ് കോലസ്വരൂപം ചിറക്കൽ രാജവംശ മായി മാറുന്നത്. നാട്ടുരാജാക്കന്മാർ തമ്മിലുള്ള അവകാശത്തർക്കങ്ങളും അധികാര യുദ്ധങ്ങളും അതിനെ മുതലെടുത്ത് തങ്ങളുടെ അധികാരം വെട്ടിപ്പിടിക്കുന്നതിനുള്ള ബ്രിട്ടീഷുകാരുടെ കുതന്ത്രങ്ങളും കൊണ്ട് കലുഷി തമായിരുന്ന തുടർന്നുള്ള വർഷങ്ങൾ. 1763 ലാണ് മൈസൂർ രാജാവ് ഹൈദരാലി ബൈദനൂർ കൈവശപ്പെടുത്തുന്നത്. കോലത്തിരിയുമായി

ചേർച്ചയിൽ അല്ലാതിരുന്ന ആലിരാജ ഹൈദരാലിയുമായി കൂട്ടുചേർന്ന് 1766 ൽ കോലത്തുനാട്ടിനെ ആക്രമിച്ചു. ചിറക്കൽ രാജാവ് യുദ്ധത്തിൽ കൊല്ലപ്പെട്ടു. രാജാവിന്റെ ഏഴ് വയസ്സുള്ള മകനെ ഹൈദരാലി കൂടെ കൊണ്ടുപോയി ആയാസ് ഖാൻ എന്ന് പേരിട്ട് വളർത്തി. ചിറക്കൽ രാജകുടുംബം പ്രാണരക്ഷാർത്ഥം തിരുവിതാംകൂറിലേക്ക് നാടുകടന്നു. ചിറക്കൽ രാജാവിന്റെ പരാജയത്തോടെ മൈസൂർ രാജവംശത്തിന് കപ്പം നൽകണമെന്ന വ്യവസ്ഥയിൽ, ഹൈദരാലി 1768 ൽ ഒപ്പിട്ട കരാർ അനുസരിച്ച് കോലത്തുനാട് ആലിരാജസ്റ്റ് കൈമാറി. അഞ്ച് വർഷത്തിനിടയിൽ കപ്പം നൽകുന്നതിൽ ആലിരാജ വീഴ്ച വരുത്തി. 1773 ൽ ഹൈദരാലി ആലിരാജയെ ആക്രമിച്ചു. കൊല്ലത്തു നാട് ഹൈദരാലി തന്നെ വീണ്ടെടുത്തു. അതിനകം തിരുവിതാംകൂറിലേക്ക് അഭയം തേടിപ്പോയ ചിറക്കൽ രാജകുടുംബം തിരിച്ചെത്തിയിരുന്നു. രാജ്യം മടക്കിത്തരണമെന്ന് അവർ ഹൈദരാലിയോട് അഭ്യർത്ഥിച്ചു. മൈസൂരിന് തങ്ങൾ നേരിട്ട കപ്പം കൊടുത്തു കൊള്ളാമെന്ന വ്യവ സ്ഥയിൽ 1774 ൽ ഹൈദരാലി രാജ്യം ചിറക്കൽ കോവിലകത്തെ തന്നെ തിരിച്ചേൽപ്പിച്ചു. 1774 മുതൽ 1789 വരെ 15 വർഷം ചിറക്കൽ കോവിലകം മൈസൂർ രാജവംശത്തോട് കൂറും വിശ്വസ്തതയും പുലർത്തി. 1790 ൽ ടിപ്പുസുൽത്താന്റെ രണ്ടാം ഘട്ട പ്രവേശത്തിന്റെ കാലത്താണ് മലബാർ രാജാക്കന്മാർ ഒറ്റക്കെട്ടായി അതിനെ എതിർത്തത്. 1790 ൽ തന്നെ ടിപ്പു മലബാറിൽ നിന്നും എന്നെന്നേക്കുമായി മടങ്ങി... ആ വർഷം തന്നെ ബ്രിട്ടീഷുകാർ ടിപ്പുവുമായി യുദ്ധം തുടങ്ങി. മൈസൂർ സൈന്യം ധീരമായി പൊരുതിയെങ്കിലും ബ്രിട്ടീഷുകാരോട് അവർക്ക് പിടിച്ചുനിൽക്കാൻ കഴിഞ്ഞില്ല. ഈ അനുകൂല സാഹചര്യം മലബാർ രാജാക്കന്മാർ ഉപയോഗപ്പെടുത്തി. തങ്ങളുടെ രാജ്യങ്ങളുടെ മൈസൂർ ആധിപത്യം വിട്ടുതരൽ ചെയ്തുതരണമെന്ന് അവർ ബ്രിട്ടീഷുകാരോട് ആവശ്യപ്പെട്ടു.

1792 ഫെബ്രുവരി 22, മാർച്ച് 18 തീയ്യതികളിലെ ശ്രീരംഗപട്ടണം കരാർ, പ്രകാരം മലബാർ ബ്രിട്ടീഷ് അധീനതയിൽ ആയി. 1792 മുതൽ ബ്രിട്ടീഷുകാർ മലബാർ രാജാക്കന്മാർക്ക് അവരുടെ രാജ്യങ്ങൾ വിട്ട കൊടുത്തു. ചിറക്കൽ, കോട്ടയം, കടത്തനാട് രാജാക്കന്മാരുമായി അവർ പ്രത്യേകം കരാറുകൾ ഉണ്ടാക്കി. മലബാറിനെ ഭരണ സൗകര്യത്തിന വേണ്ടി രണ്ട് പ്രവിശ്യകളായി വിഭജിച്ചു. തലശ്ശേരിയും ചെർപ്പളശ്ശേരി യും കേന്ദ്രമാക്കി രണ്ട് സൂപ്രണ്ടുമാരെ നിയമിച്ചു. 1792 ലെ കരാറുകൾ അനുസരിച്ച് തീവ്ര നികുതി സമാഹരണമായിരുന്ന ബ്രിട്ടീഷുകാർ ലക്ഷ്യമിട്ടിരുന്നത്. രാജ്യം മടക്കി നൽകുമ്പോൾ ആ നിബന്ധനയാണ്

അവർ മുന്നോട്ട വെച്ചത്. എന്നാൽ നികുതി പിരിച്ചുകൊടുക്കുന്നതിൽ വീഴ്ച്ച വരുത്തിയതിന്റെ പേരിൽ അവരെ തൽസ്ഥാനത്ത് നിന്ന് നീക്കി അവർക്ക് അടുത്തൂണ് (പെൻഷൻ) അനുവദിക്കുകയായിരുന്നു. ചിറക്കൽ രാജവംശവും ഇങ്ങനെ അടുത്തൂണ്കാരായിത്തീർന്നവ രാണ്. 1800 ൽ മലബാർ മദ്രാസ് പ്രസിഡൻസിയുടെ ഭാഗമായി മാറി. ചിറക്കൽ രാജവംശത്തിലെ ആദ്യ രാജാവ് മരിക്കുന്നത് 1801 ലാണ്. മദ്രാസ് പ്രസിഡൻസി നിയമിച്ച ആദ്യ മലബാർ പ്രിൻസിപ്പൽ കളക്ടർ മേജർ മാക് ലിയോഡ് 1801 ഒക്ടോബർ ഒന്നിന് ചാർജ്ജെടുത്തു. 1800 മുതൽ 1947 വരെ 147 വർഷം മലബാർ ജില്ല ബ്രിട്ടീഷ് ഇന്ത്യയിലെ മദ്രാസ് പ്രസിഡൻസിയുടെ ഭാഗമായും 1956 വരെ സ്വതന്ത്ര ഇന്ത്യയുടെ മദിരാശി സംസ്ഥാനത്തിന്റെ ഭാഗമായും നിലകൊണ്ടു.

ഇടമന നമ്പിയുടെയും വങ്ങാട്ട് ഉണിത്തിരിയുടെയും പ്രാദേശികമായ ആധിപത്യത്തിലായിരുന്ന അക്കാലത്ത് കരിവെള്ളൂർ. പ്രാദേശിക ജന്മിമാർ തമ്മിലുണ്ടായിരുന്ന അവകാശത്തർക്കം കടുത്ത സംഘർഷ ത്തിലേക്കും പരസ്പര സ്പർദ്ധയിലേക്കും വളർന്നു കഴിഞ്ഞിരുന്നു. ഈ വൈരുദ്ധ്യം ചിറക്കൽകോവിലകം നന്നായി പ്രയോജനപ്പെടുത്തി. കരിവെള്ളൂരിന്റെ നെല്ലറയായ കുണിയന് വേണ്ടി ഇടമന നമ്പിയും വങ്ങാട്ട് ഉണിത്തിരിയും തമ്മിലുള്ള ഏറ്റുമുട്ടലിൽ വലിയ തിരിച്ചടിയാണ് വങ്ങാട്ട് ഉണിത്തിരിക്ക് നേരിടേണ്ടി വന്നത്. ഇടമനക്കാരോട് വങ്ങാട്ട് ഉണിത്തിരിക്ക് അതിന്റെ അമർഷവും പകയും മുഴുവൻ ഉണ്ടായിരുന്നു. ചിറക്കൽ കോവിലകവുമായി വങ്ങാട്ട് ഉണിത്തിരിമാർ കൂട്ടുചേർന്ന് ഇടമ നക്കാരെ അക്ഷരാർത്ഥത്തിൽ വീർപ്പുമുട്ടിച്ചു. ചിറക്കൽ കോവിലകത്തി ന്റെ അധികാര ശക്തിക്കു മുന്നിൽ ഇടമന നമ്പിമാർ മുട്ടു മടക്കി. ഇടമന നമ്പിയുടെ പരാജയത്തോടെ ചിറക്കൽ കോവിലകം കരിവെള്ളൂരിന്റെ ഉടമകളായിത്തീർന്നു. വങ്ങാട്ട് ഉണിത്തിരി ചിറക്കലിന്റെ ആശ്രിതരായി മാറുകയും ചെയ്തു.

കരിവെള്ളൂർ ശിവക്ഷേത്രത്തിന്റെ ഊരാഴ്മ കരിയന്തിൽ നമ്പി, കരിമ്പിൽ നമ്പി, തെങ്ങുന്തറ പൊതുവാൾ എന്നീ കുടുംബങ്ങൾക്കായി രുന്നു. ചിറക്കൽ കോവിലകത്തിന്റെ അധികാര ശക്തി ആർക്കും മറികടക്കാനാവാത്തവിധം അപ്പോഴേക്കും പ്രബലമായിക്കഴിഞ്ഞി രുന്നു. രണ്ടിണ പുടവയും മൂന്നു പണവും വീതം നൽകി കരിവെള്ളൂർ ശിവക്ഷേത്രത്തിന്റെ ഊരാഴ്മ ചിറക്കൽ കോവിലകം കരസ്ഥമാക്കി. കൃഷിഭൂമിയുടെ അവകാശത്തിനു പുറമേ, ക്ഷേത്രത്തിന്റെ ഊരാഴ്മ കൂടി ചിറക്കൽ കോവിലകത്തിന് കൈവന്നതോടെ സാമ്പത്തികാധികാ രവും സാമൂഹികാധികാരവും അവർക്ക് സ്വന്തമായി. കരിവെള്ളൂരിലെ

ജനത ഒന്നാകെ ചിറക്കൽ കോവിലകത്തിന്റെ വിനീത വിധേയരായ പ്രജകളായിത്തീർന്നു. അധികാരത്തോടുള്ള ഭയം ജനങ്ങളിൽ അടിമത്ത ബോധം തന്നെയാണ് സൃഷ്ടിച്ചത്. നാട്ടുവാഴിത്ത അധികാര വ്യവസ്ഥയുടെ ജനങ്ങളമായി ഇടപെടുന്ന കുന്തമുനയായി പ്രവർ ത്തിച്ചത് കാര്യസ്ഥന്മാരായിരുന്നു. ബ്രിട്ടീഷ് സാമ്രാജ്യത്വ ശക്തികൾ മുകൾത്തട്ടിലും കോവിലകം കാര്യസ്ഥൻ ഏറ്റവും അടിത്തട്ടിലുമായി പ്രവർത്തിക്കുന്ന ഒരു അധികാര ശ്രേണിയാണ് അന്നത്തെ കാർഷി കഘടനയെ മുന്നോട്ട കൊണ്ടുപോയത്. പലതരം കാർഷിക നികു തികളിലൂടെ പാവം കർഷക ജനതയെ പിഴിഞ്ഞൂറ്റിയെടുത്തിട്ടാണ് സാമ്രാജ്യത്വ-നാട്ടുവാഴിത്ത അധികാര ശക്തികൾ അവരുടെ വാഴ്ച തുടർന്നത്. വിജയ നഗര സാമ്രാജ്യത്തിന്റെ സേനയെ ഓണക്കുന്നിൽ വെച്ച് തിരിച്ചോടിച്ചതോടെ ചിറക്കൽ കോവിലകം കരിവെള്ളൂരി ന്റെ സമഗ്രാധിപതികളായി. അങ്ങനെ തടഞ്ഞു നിർത്തിയതുകൊണ്ട് ഓണക്കുന്നിന് 'തടുത്തിട്ട കൊവ്വൽ' എന്ന ഒരു പേര് കൂടിയുണ്ട്.

കരിവെള്ളൂർ-ഭ്രബന്ധങ്ങളും സാമൂഹ്യ ബന്ധങ്ങളും

കാർഷിക പ്രധാനമായ ഗ്രാമമാണ് കരിവെള്ളൂർ. പക്ഷേ, എന്നും സാമ്പത്തിക പിന്നോക്കാവസ്ഥയും ദാരിദ്ര്യവും നാടിനെ ച്ഴ്ന്നു നിന്നിരുന്നു. വങ്ങാട്ട് ഉണിത്തിരി, കോട്ടൂർ ചെറ്റളി ഇല്ലം, താഴക്കാട്ട് മന, കൊട്ടക്കര നമ്പി, എടമന നമ്പി, നീലമന നമ്പൂതിരിമാർ, കച്ച്ളോട്ട് കടവ്, ഉടുമ്പന്തല ഇടങ്ങിയവരൊക്കെയാണ് പ്രാദേശിക ജന്മിമാർ. ചിറക്കൽ കോവിലകത്തിന്റെ ആധിപത്യ ത്തോടെ കൃഷിഭ്രമിയുടെ സിംഹഭാഗവും അവരുടെ കൈക്കലായി. 1931 ലെ ജനസംഖ്യ 4177 ആയിരുന്നപ്പോൾ ജന്മിമാരടക്കം നികുതി കൊട്ടക്കേണ്ടിയിരുന്നവർ വെറും 397 പേർ മാത്രമായിരുന്നു. 90 ശതമാ നത്തിലധികവും പൂർണ്ണമായും ഭ്രരഹിതരായിരുന്നു. 1936 ലെ റവന്യൂ രേഖകൾ അനുസരിച്ച് കരിവെള്ളൂരിലെ പ്രധാന ജന്മിമാരുടെ ഭ്രമിയുടെ ഉടമസ്ഥത ഇങ്ങനെയാണ്.

ചിറക്കൽ രാജാവ്   - 447.52 ഏക്കർ

വങ്ങാട്ട് ഉണിത്തിരി   - 180.90 ഏക്കർ

കോട്ടൂർ ചെറ്റളി ഇല്ലം - 185.20 ഏക്കർ

താഴക്കാട്ട് മന   - 120 ഏക്കർ

കരിവെള്ളൂരിൽ ആകെയുണ്ടായിരുന്നത് 2086 ഏക്കർ കൃഷിഭ്രമി യാണ്. അത് അഞ്ചോ പത്തോ ജന്മിമാർ ചേർന്ന് കയ്യടക്കിവെക്കുക യായിരുന്നു. പക്ഷേ ഭ്രമിക്കും ജനതയ്ക്കും മേൽ ഒരുതരം പരമാധികാരം

ചിറക്കൽ കോവിലകത്തിനാണുണ്ടായിരുന്നത്. 1792 ലെ ശ്രീരം ഗപട്ടണം സന്ധിയനുസരിച്ചാണ് മലബാർ പ്രദേശം ഏറെക്കുറെ പൂർണ്ണമായി ബ്രിട്ടീഷുകാർക്ക് കൈവന്നത്. ജന്മിത്ത വ്യവസ്ഥയുടെ ക്രൂരതകൾ മുഴുവൻ അറിയാമായിരുന്നിട്ടും അത് നിർബ്ബാധം തുടർന്ന് കൊണ്ട് പോകുന്നതിൽ ബ്രിട്ടീഷുകാർക്ക് വലിയ താല്പര്യമുണ്ടായിരുന്നു. വരുമാനം കാർഷിക മേഖലയിൽ നിന്നായതുകൊണ്ടും ഭൂമിയുടെ രേഖാ പരമായ ഉടമസ്ഥത വിരലിൽ എണ്ണാവുന്ന ജന്മിമാർക്കായതു കൊണ്ടും കൃഷിക്കാരിൽ നിന്നും നേരിട്ട് നികുതി പിരിക്കേണ്ടതില്ല. ജന്മിമാർ പല പേരിൽ പിരിച്ചെടുക്കുന്ന കാർഷികോല്പന്നങ്ങളുടെ വിഹിതത്തിൽ നിന്നും കരം പിരിക്കുക എന്ന ജോലി മാത്രമേയുള്ളൂ. ഭൂബന്ധങ്ങളുടെ രൂപങ്ങൾ കഴിക്കാണം, കൊഴക്കാണം, വെറുംപാട്ടം, കുടിയിരിപ്പ് എന്നിങ്ങനെയാണ്. ജന്മി-കാണക്കാരൻ-വെറും പാട്ടക്കാരൻ. വ്യക്തി യുടെ ഭൂമിയുമായുള്ള ബന്ധം ഇങ്ങനെയാണ് അറിയപ്പെട്ടിരുന്നത്. കൃഷിക്കാരൻ ഉഴുതു വിത്തിട്ട് വെള്ളമെത്തിച്ച് വളർത്തിയെടുക്കുന്ന വിളവാണെങ്കിലും അത് അയാൾക്ക് സ്വന്തമല്ല. കരാർ അനുസരിച്ച് അയാൾ കൃഷിചെയ്യുകയും കാവൽ നിൽക്കുകയും ചെയ്യുന്നു എന്ന മാത്രം. എന്റെ വയൽ, എന്റെ വിളവ് എന്നൊക്കെ കൃഷിക്കാരൻ പറയുകയും അങ്ങനെ കരുതുകയും ചെയ്യുന്നുവെന്നല്ലാതെ ഉടമസ്ഥത ഇല്ലെന്ന അന്യഥാത്വം തന്നെയാണ് കൃഷിക്കാരെ ഭരിച്ചിരുന്നത്.

1. **കഴിക്കാണം**-കരഭൂമിയിൽ നട്ടുണ്ടാക്കുന്ന ദീർഘകാല വിളവുകൾ ക്ക് പന്ത്രണ്ട് വർഷത്തേക്കുള്ള നടപ്പവകാശം. തരിശുഭൂമി കുടിയാൻ മറുപാട്ടത്തിനോ കുടിയായ്മാവകാശക്കരാറിനോ ഏറ്റെടുക്കണം. അവിടെ മരങ്ങളും വിളകളും നട്ടുണ്ടാക്കി കരാർ പ്രകാരമുള്ള പാട്ടം ജന്മിക്ക് നൽകണം എന്നതാണ് കൊഴക്കാണത്തിന്റെ വ്യവസ്ഥ.

2. **കൊഴക്കാണം**-വയലുകളിൽ നെൽകൃഷി ചെയ്യുന്നതിന് കഴിക്കാ ണത്തിനു സമാനമായ വ്യവസ്ഥകളിൽ കരാർ അനുസരിച്ചുള്ള വാരം നൽകാമെന്ന ഉറപ്പിൽ കുടിയാൻ കൃഷിഭൂമി ഏറ്റെടുക്കുന്ന തിനെയാണ് കൊഴക്കാണം എന്ന് പറയുന്നത്

3. **വെറും പാട്ടം**-എഴുതി വെച്ച കരാറോ രേഖകളോ ഒന്നുമില്ലാതെ ഒരു ജന്മി കുടിയാന് കൃഷിചെയ്യുന്നതിനായി ഭൂമി നൽകുന്നതാണ് വെറുംപാട്ടം.

4. **കുടിയിരിപ്പ്**-ഒരു ജന്മിയുടെ ഭൂമിയോട് ചേർന്ന് പത്ത് സെന്റ് സ്ഥലത്ത് കുടിൽ കെട്ടി താമസിക്കുന്നതിനെയാണ് കുടിയിരിപ്പ് എന്ന് പറയുന്നത്. ഇത് തന്നെയാണ് പിൽക്കാലത്ത് കുടികിടപ്പ് എന്നും അറിയപ്പെട്ടത്.

ഇത്തരം അംഗീകൃത ഭ്രബന്ധങ്ങൾക്കപ്പുറം രേഖകളുടെ പിൻബല ത്തിലല്ലാതെ നിരവധി പാട്ടവ്യവസ്ഥകൾ വേറെയുമുണ്ട്. പണത്തിനു അത്യാവശ്യം വരുന്ന ഘട്ടങ്ങളിൽ ഒരു ഫണ്ടികക്കാരന് വിളവുകളുടെ താൽക്കാലിക അവകാശം പണയപ്പെടുത്തുന്നതാണ് അതിലൊന്ന്...

ജന്മിയുടെ ഉടമസ്ഥതയിലുള്ള ഭ്രമിയിൽ കൃഷി ചെയ്യുന്ന കുടിയാൻ കൊടുക്കേണ്ട പ്രതിഫലമാണ് വാരവും പാട്ടവും. കൃഷിക്ക് വേണ്ടി നടത്തുന്ന ഭ്രമിയുടെ കൈമാറ്റത്തിനുള്ള പ്രമാണമാണ് മറുപാട്ടം അഥവാ മറവാട്ടം. വാരത്തിന്റെയും പാട്ടത്തിന്റെയും വ്യവസ്ഥകൾ സൂചിപ്പിക്കുമെങ്കിലും അതിന്റെ അളവ് മറുപാട്ടത്തിൽ രേഖപ്പെടുത്താ റില്ല. ഓരോ വർഷത്തെയും വിളവുകളുടെ അടിസ്ഥാനത്തിൽ അത് വ്യത്യസ്തമായിരിക്കും. പൊതുവെ രണ്ടിൽ ഒന്ന് മുതൽ മൂന്നിൽ രണ്ട് വരെയായിരിക്കും അതിന്റെ തോത്. എന്നാൽ രേഖയില്ലാത്ത വെറും പാട്ടത്തിൽ കുടിയാൻ കൊടുക്കേണ്ട വാരവും പാട്ടവും കൂടിയ തോതിൽ ആയിരിക്കും. ഫലത്തിൽ വിളവിനെ കുറിച്ചുള്ള ജന്മിയുടെ മതിപ്പ് ആണ് തോത് നിർണ്ണയിക്കുന്നതിനുള്ള ഉപാധിയായിത്തീരുന്നത്. കഴിക്കാ ണവും കൊഴക്കാണവും പുതുക്കി നിശ്ചയിക്കുമ്പോൾ പാട്ടത്തുക കൂടി ക്കൊണ്ടേയിരിക്കും. ഓരോ പന്ത്രണ്ട് വർഷത്തിലുമാണ് കഴിക്കാണം പൊളിച്ചെഴുതുന്നത്. ജന്മിക്ക് തോന്നുന്നുണ്ടെങ്കിൽ അതിനിടയിലും പൊളിച്ചെഴുതും. അംഗീകൃതമായ വ്യവസ്ഥകൾക്കപ്പുറത്തും ജന്മിമാർ കൃഷിക്കാരിൽ നിന്നും പല മാർഗ്ഗങ്ങൾ ഉപയോഗിച്ചും നികുതികൾ പിരിച്ചെടുത്തു. കർഷകരെ പിഴിഞ്ഞൂറ്റുന്ന ജന്മിമാരുടെ കുൽസിത പ്രവർത്തനങ്ങൾക്ക് ബ്രിട്ടീഷ് ഭരണം കൂട്ടുനിന്നു. ഭ്രബന്ധങ്ങളുടെ വ്യ വസ്ഥകളും അതിനെ നിർവ്വചിക്കുന്ന പദങ്ങളുമെല്ലാം പിൽക്കാലത്ത് അപരിചിതമായിത്തീർന്നുവെങ്കിലും ചൂഷണത്തിന്റെ ആയുധങ്ങളായി മാറിയ ആ പദങ്ങളും പേരുകളും നിർവ്വചനങ്ങളുമെല്ലാം ഈ പഠന ത്തിൽ അത്രുയേറെ പ്രസക്തമാണ്.

1) **വാരം**-ഭ്രവ്യടമഴ്ത് നൽകുന്ന വിളവിന്റെ ഓഹരി. ഓരോ വിളവെടുപ്പി നും ശേഷം കുടിയാൻ ജന്മിക്ക് സമർപ്പിക്കേണ്ടതാണ്. വിളവിന്റെ പകുതിയോ മൂന്നിൽ രണ്ട് ഭാഗമോ വരും ഈ പ്രതിഫലം.

2) **പാട്ടം**-.ഭ്രവ്യടമഴ്ത് നൽകുന്ന വാർഷിക പ്രതിഫലം. പൊതുവെ ദീർഘകാല വിളവുകൾക്കാണ് ബാധകം. മറുപാട്ടത്തിൽ ഇത് നാണയത്തിലാണ് കണക്കാക്കപ്പെടുന്നത്. അതുകൊണ്ട് കാലാകാലങ്ങളിലെ കാർഷികോല്പന്നങ്ങളുടെ വിലയിടിവും കുടി യാൻമാർക്ക് വലിയ നഷടക്കച്ചവടമായിത്തീരുന്നു.

3) **വെറും പാട്ടം**-കഴിക്കൂറുകൾ ഉണ്ടാക്കാൻ അവകാശമില്ലാത്ത വെറും ചാർത്തവകാശം.

   പ്രതിഫലത്തിന്റെ നിരക്ക് വളരെ കൂടുതൽ ആയിരിക്കും. രേഖകളുടെ പിൻബലം ഇല്ലാത്തത് കൊണ്ട് വ്യവസ്ഥകൾക്ക് സുരക്ഷിതത്വം കുറവാണ്.

4) **മേൽചാർത്ത്**-പഴയ കുടിയാനെ ഒഴിപ്പിച്ചു കൊണ്ട് പുതിയൊരാൾ ക്ക് ഭൂമി നൽകൽ

5) **പൊളിച്ചെഴുത്ത്**-കഴിക്കാണം വ്യവസ്ഥയനുസരിച്ച് നിലവിലില്ലുള്ള കരാർ 12 വർഷത്തിലൊരിക്കൽ പൊളിച്ചെഴുതണം. കാലാവധി ക്കിടയിൽ പാട്ടം വർദ്ധിപ്പിക്കുന്നതിന് വേണ്ടി ജന്മിമാരുടെ പ്രേര ണയിൽ കരാർ പുതുക്കിയെഴുതാൻ കൃഷിക്കാർ നിർബന്ധിതരാകും. ഇതിനെയാണ് പൊളിച്ചെഴുത്ത് എന്ന് പറയുന്നത്. ഇങ്ങനെ പൊളി ച്ചെഴുതുമ്പോൾ പലപ്പോഴും കൃഷിക്കാർക്ക് സ്വത്ത് തന്നെ നഷ്ടപ്പെട്ടു എന്നും വരാം.

6) **മാനുഷം**-ഭൂമി ഏറ്റുവാങ്ങുന്ന കുടിയാൻ ജന്മിക്ക് മുൻകൂറായി നൽകുന്ന സംഖ്യ.

7) **കാണം**-പണയം അല്ലെങ്കിൽ ചാർത്ത്.

8) **ജന്മം**-ഭൂമിയിലുള്ള സ്ഥിരവും പരമവുമായ അവകാശം.

9) **കുടിയാൻ**-ജന്മിയിൽ നിന്ന് കൃഷിക്കോ താമസത്തിനോ വാരം, പാട്ടം, വെറും പാട്ടം എന്നിവയിൽ ഏതെങ്കിലും കരാർ അനുസരിച്ച് ഭൂമി ഏറ്റുവാങ്ങുന്ന ആളാണ് കുടിയാൻ.

10) **വാശി**-പത്ത് പറ അളക്കുമ്പോൾ മൂന്നു പറ അധികം നൽകണ മെന്ന നടപ്പ്.

11) **നരി**-ഓരോ പത്തു പറ അളക്കുമ്പോഴും കൃഷിക്കാരന്റെ നെല്ലിൽ നിന്നും രണ്ടു കയ്യും കൂട്ടി പ്രത്യേകമായി വാരിവെക്കും. നെല്ലളവിന്റെ കണക്ക് തെറ്റാതിരിക്കാനാണ് ഇങ്ങനെ ചെയ്യുന്നത് എന്നാണ് പറയുക. മുഴുവൻ അളന്നു കഴിഞ്ഞാൽ ഈ നെല്ല് ജന്മിക്ക് എടുക്കാം.

12) **മുക്കാൽ**-ഓരോ പറ അളക്കുമ്പോഴും മുക്കാൽ സേർ വീതം നെല്ല് കാര്യസ്ഥന്റെ ആവശ്യത്തിനാണെന്ന് പറഞ്ഞു മാറ്റിവെക്കും. ഒടുവിൽ അതും ജന്മി എടുക്കും.

13) **ശീലക്കാശ്**-പാട്ടത്തിന്റെ കാലാവധി കഴിഞ്ഞാൽ വീണ്ടും പാട്ട ത്തിന് ഭൂമി കിട്ടണമെങ്കിൽ ജന്മിയുടെ ശീലം നന്നാക്കിയെടുക്കണം. ജന്മിയെ സന്തോഷിപ്പിക്കാൻ പണം കൊടുക്കണം.

14) **വെച്ചുകാണൽ**-ജന്മിയെ മുഖം കാണിക്കണമെങ്കിൽ വെറ്റില-അടക്ക യിൽ പണംവെച്ച് വണങ്ങി നിൽക്കണം.

15) **തിരുമുൽക്കാഴ്ച**-ഓണം, വിഷു, പെരുന്നാൾ തുടങ്ങിയ വിശേഷ ദിവസങ്ങളിലും ജന്മിയുടെ വീട്ടിൽ പ്രസവം, മരണം, തിരണ്ട കല്യാണം എന്നിവ നടന്നാലും വാഴക്കുല, പച്ചക്കറികൾ, പാൽ, തൈര് എന്നിവയും ജന്മി മുസ്ലിം ആണെങ്കിൽ പഞ്ചസാര, നെയ്യ്, കോഴി, മൂരിക്കുട്ടൻ എന്നിവയും തിരുമുൽക്കാഴ്ച നൽകണം.

16) **പാട്ടപ്പറ (കള്ളപ്പറ)**-പത്തു സേർ കൊള്ളുന്നതാണ് സാധാരണ പറ. എന്നാൽ ജന്മി വാരവും പാട്ടവും അളക്കുന്ന പറയിൽ 13 ഉം 14 ഉം സേർ വരെ നെല്ല് കൊള്ളും. പക്ഷെ അളവ് പത്തു പറ എന്നേ കാണിക്കൂ.

17) ജന്മി തന്റെ കീഴിൽ പണിയെടുക്കുന്നവർക്കും ആചാരങ്ങളുടെ ഭാഗമായി സേവനം നടത്തുന്ന പ്രത്യേക ജാതി വിഭാഗങ്ങളിൽപെ ട്ടവർക്കും നെല്ല് അളന്നു കൊടുക്കുമ്പോൾ സാധാരണ നാഴിയിലും 20-25 ശതമാനം കുറവായിരിക്കും.

18) **കുറ്റിക്കാണം**-പുനം കൃഷിക്കോ മറ്റോ സ്ഥലത്തെ ചെറുമരങ്ങളോ മുളകളോ കൃഷിക്കാരൻ മുറിച്ചെടുത്താൽ അതിന്റെ കുറ്റി എണ്ണി കണക്കാക്കി ജന്മിക്ക് പണം നൽകണം.

19) **കങ്കാണി**-കൃഷിക്കാർ തങ്ങളുടെ സ്ഥലത്ത് അദ്ധ്വാനിച്ചുണ്ടാക്കിയ വിളവ് പറിച്ചെടുക്കണമെങ്കിൽ ജന്മിയുടെ മുൻകൂട്ടിയുള്ള അനുവാദം വാങ്ങണം. അതിന് കൊടുക്കുന്ന പണത്തെയാണ് കങ്കാണിപ്പണം എന്നു പറയുന്നത്.

പൊലി, അടിയന്തിരപ്പണം, ഓരുകുപണം, കള്ളിപ്പണം, കുലലിപ്പണം, ശവപ്പണം, കുട്ടിപ്പണം, കഴകപ്പണം, തുടങ്ങി എണ്ണിത്തീർക്കാനാവാ ത്തത്രയും പേരുകളുള്ള അക്രമപ്പിരിവുകൾ ദരിദ്രരായ കൃഷിക്കാരിൽ നിന്നും ജന്മിമാരും നാട്ടുവാഴികളും ചേർന്ന് പിഴിഞ്ഞൂറ്റി എടുത്തിരുന്നു. അന്ധവിശ്വാസത്തിൽ അധിഷ്ഠിതമായ സാമൂഹിക വ്യവസ്ഥയും വിധി വിശ്വാസവും ജാതീയമായ ഉച്ചനീചത്വങ്ങളും ഇത്തരം സാമൂഹിക-സാമ്പ ത്തിക ചൂഷണങ്ങൾ നിശ്ശബ്ദം സഹിക്കുവാൻ ജനങ്ങളെ പ്രേരിപ്പിച്ചു. ആധുനിക ജനാധിപത്യ ബോധത്തിന്റെ വക്താക്കളായി മേനി നടിച്ചിരുന്ന ബ്രിട്ടീഷ് സാമ്രാജ്യത്വം ജന്മി- നാട്ടുവാഴിത്തത്തിന്റെ ഈ പ്രാകൃത ചൂഷണത്തിന് കുടപിടിക്കുകയായിരുന്നു. ജന്മിമാരും കാര്യസ്ഥ മാരും ഗുണ്ടകളും ബ്രിട്ടീഷ് പൊലിസിന്റെ സഹായത്തോടെ ഭീകരമായ മർദ്ദനശക്തിയായി സമൂഹത്തിൽ ആധിപത്യം ചെലുത്തി. വിവിധ മർദ്ദന രീതികളിലൂടെ ജനതയെ ഭയചകിതരാക്കിത്തീർക്കുന്നതിനും

വ്യവസ്ഥയുടെ വിനീത ദാസന്മാരാക്കി മാറ്റുന്നതിനും അധികാര ശക്തി കൾക്ക് കഴിഞ്ഞു.

വാരം, പാട്ടം തുടങ്ങിയ പിഴിഞ്ഞൂറ്റലുകൾക്കും അക്രമപ്പിരിവുകൾക്കും ഒപ്പം നേരിട്ടുള്ള മർദ്ദനരീതികളും സാമൂഹ്യ-മനഃശാസ്ത്ര മർദ്ദനരീതിക ളും അവർ വ്യാപകമായി പ്രയോഗിച്ചു. 'കല്ലും തോലും വെച്ച് കെട്ടുക', 'വണ്ണാത്തി മാറ്റ് മുടക്കുക' തുടങ്ങിയ വിലക്കുകളെ പൊതുവായി 'മാറ്റം മര്യാദയും വിലക്കുക' എന്നാണ് വിശേഷിപ്പിച്ചിരുന്നത്. ജാതി-ജന്മി- നാട്ടുവാഴി വ്യവസ്ഥയിൽ ആചാരങ്ങൾക്കെല്ലാം അന്ധവിശ്വാസങ്ങ ളാൽ ബന്ധിക്കപ്പെട്ട ജാതീയമായ ചിട്ടകളും വിധികളും ഉണ്ടായിരുന്നു. ഋതുമതികളായ സ്ത്രീകൾ മൂന്നാം നാൾ 'വണ്ണാത്തി മാറ്റ്'ടുത്തു കുളിക്കണ മെന്നാണ് നിയമം. പ്രസവിച്ചാലും ഇങ്ങനെ 'മാറ്റ്' വാങ്ങിയുടുക്കണം. ജന്മിമാരുടെ അനിഷ്ടത്തിന് പാത്രമാകുന്ന കുടുംബങ്ങൾക്ക് ഇത്തര ത്തിൽ 'മാറ്റ്' കൊടുക്കരുതെന്ന് കാര്യസ്ഥന്മാർ വഴി വണ്ണാത്തികൾക്ക് നിർദ്ദേശം നൽകും. മാറ്റ് ഉടുത്തു കുളിക്കാനാവാതെ ആചാരം തെറ്റിച്ച സ്ത്രീകളും കുടുംബങ്ങളും സമൂഹമദ്ധ്യത്തിൽ പരിഹാസ്യരാകും. മറ്റൊന്ന് ക്ഷുരകന്മാരെ വിലക്കുന്ന നടപടിയാണ്. വ്യത്യസ്ത ജാതിക്കാർക്കായി പ്രത്യേക ജാതികളിൽപെട്ട ക്ഷുരകന്മാരെയാണ് അനുവദിക്കപ്പെട്ടി രുന്നത്. തങ്ങളുടെ കല്പനകളെ അൽപ്പമെങ്കിലും നിഷേധിക്കുകയോ, അതൃപ്തി അറിയിക്കുകയോ ചെയ്യുന്ന കുടുംബത്തിൽപെട്ടവരെ ക്ഷുരക വിലക്ക് ഏർപ്പെടുത്തിയും ജന്മിമാരും നാട്ടുവാഴികളും പീഡിപ്പിച്ചിരുന്നു.

മരിച്ച കഴിഞ്ഞാൽ ഗോമൂത്രവും ചാണകവും കലക്കി തെളിച്ച് ശുദ്ധിയാക്കുന്ന ചടങ്ങിനെ പൊതുവെ 'മര്യാദ' എന്നാണ് വിളിച്ചി രുന്നത്. തങ്ങൾക്ക് ഇഷ്ടമില്ലാത്തവരുടെ മരണാനന്തരച്ചടങ്ങുകൾ മുടക്കുന്നതും ജന്മിമാർ തങ്ങളുടെ പ്രതികാര നടപടികളിലൊന്നായി സ്വീകരിച്ചിരുന്നു. തങ്ങൾക്ക് വഴങ്ങാത്തവരുടെ വീട്ടിലേക്ക് മറ്റാരും പ്രവേശിക്കരുതെന്ന് വിലക്കുന്നതിനുള്ള മുദ്രയാണ്'കല്ലും തോലും വെച്ച കെട്ടൽ'. ഒരു കല്ലും കുറച്ച് പച്ചിലയും ചേർത്ത് വീട്ടിന്റെ കവാടത്തിൽ കെട്ടുന്നതാണ് വിലക്കിന്റെ സ്വഭാവം. അതിനെ അവഗണിച്ച് ആ വീട്ടി ലേക്ക് ആരെങ്കിലും കടന്നാൽ അവർ ജന്മിയുടെയും നാട്ടുവാഴിയുടെയും കോപത്തിനിരയാകും. അങ്ങനെ വിലക്ക് ലംഘിച്ച് ആ വീട്ടിലേക്ക് കയറുന്നവരെ നാട്ടിൽ നിന്ന് ആട്ടിയോടിക്കും. ഇങ്ങനെ നാനാവിധമു ള്ള സാമ്പത്തികവും സാമൂഹികവുമായ ചൂഷണത്തിന്റെ ശാരീരികവും മന:ശാസ്ത്രപരവുമായ ആയുധവിന്യാസത്തിലൂടെ കരിവെള്ളൂരിലെ കർഷക ജനതയെ ചിറക്കൽ കോവിലകവും പ്രാദേശിക ജന്മിമാരും ചേർന്ന് മൃതപ്രായരാക്കിത്തീർത്തു.

ജന്മിമാരുടെ കല്ലേപ്പിളർക്കുന്ന കൽപ്പനകളും കാര്യസ്ഥന്മാരുടെ
യും കിങ്കരന്മാരുടെയും ഭീഷണികളും മർദ്ദനവും തെമ്മാടിത്തങ്ങളും
നിർബ്ബാധം തുടരുമ്പോൾ അതിനെ തടയിട്ടുവാൻ നിയമങ്ങൾക്കൊന്നും
കഴിഞ്ഞില്ല. കഴിക്കൂറ്റ ചമയ നിയമം (1900) മലബാർ കുടിയായ്മ നിയമം
(1929) തുടങ്ങി കർഷകരെ രക്ഷിക്കാനെന്ന പേരിൽ നിർമ്മിക്കപ്പെട്ട
നിയമങ്ങൾ പലതും ജന്മിമാർക്കാണ് സഹായകരമായി തീർന്നത്.
1929 ലെ കുടിയായ്മ നിയമം കൊണ്ട് കാണക്കുടിയാന്മാർക്ക് ചെറിയ
ആശ്വാസം ലഭിച്ചുവെങ്കിലും പാട്ടക്കുടിയാന്മാരെ അത് തകർത്തെറി
ഞ്ഞു. കൃഷിക്കാരെ പരക്കെ ഒഴിപ്പിക്കുന്നതിനുള്ള ഒരു നിയന്ത്രണവു
മില്ലാത്ത അനുമതിയായിരുന്ന ഈ നിയമങ്ങളിലെ വ്യവസ്ഥകൾ.
മേൽച്ചാർത്തും പൊളിച്ചെഴുത്തും പുതുക്കലും കൊണ്ട് പാവപ്പെട്ട കൃഷി
ക്കാരുടെ നട്ടെല്ലൊടിക്കുന്നത് ജന്മിമാരുടെ ക്രൂരവിനോദമായി മാറി.
ജന്മിമാരുടെ വീട്ടിൽ നടക്കുന്ന എല്ലാ ആഘോഷങ്ങൾക്കും മരണം,
പ്രസവം, പിറന്നാൾ തുടങ്ങിയ ചടങ്ങുകൾക്കും പാവപ്പെട്ട കൃഷിക്കാർ
തന്നെയാണ് പിഴയൊട്ടുക്കേണ്ടി വന്നത്. നിശ്ശബ്ദമായ സഹനങ്ങളും
ദുരിതങ്ങളും സഹിക്കുമ്പോഴും അതൊന്നും പ്രകടിപ്പിക്കുവാൻ ആരും
തയ്യാറായിരുന്നില്ല. ഉള്ളിലേക്കടക്കി ഉണങ്ങിക്കരിഞ്ഞു പോയ അമർ
ഷങ്ങളുടെ അടിക്കാട്ടുകളിലാണ് രാഷ്ട്രീയ ബോധത്തിന്റെ ആദ്യത്തെ
അഗ്നിസ്ഫുലിംഗങ്ങൾ ചിതറി വീണത്.

രാഷ്ട്രീയ ബോധത്തിന്റെ ആദ്യത്തെ ഉടിപ്പുകൾ

കർഷകർക്കെതിരായി ജന്മി-നാട്ടുവാഴിത്തം തുടർന്നുകൊണ്ടിരുന്ന ഭീകരമായ ച്ചൂഷണത്തിനിടയിലും അതിന് ബ്രിട്ടീഷ് സാമ്രാജ്യത്വം നൽകിക്കൊണ്ടിരുന്ന സമ്പൂർണ്ണമായ സംരക്ഷണത്തിന്റെ കാലത്തും കിരാതമായ ച്ചൂഷണത്തിനും അനീതിക്കും എതിരായ രാഷ്ട്രീയ മുന്നേറ്റം ശക്തിപ്പെട്ടിരുന്നില്ലെന്നതാണ് വാസ്തവം. ആയിരത്തി തൊള്ളായിര ത്തി ഇരുപതുകളുടെ ഇടക്കത്തോടെയാണ് തൊട്ടടുത്ത പയ്യന്നൂരിൽ ഖാദി പ്രചാരണവും ഗാന്ധിയൻ ആശയങ്ങളുടെ സ്വാധീനവുമൊക്കെ ചലനങ്ങൾ സൃഷ്ടിച്ചു തുടങ്ങിയത്. നിസ്സഹകരണ പ്രസ്ഥാനത്തിന്റെ കാലം തൊട്ട് രജിസ്ട്രാർ ഓഫീസിലെ ജോലി രാജിവെക്കുകയും സ്വാ തന്ത്ര്യ പ്രസ്ഥാനത്തിന്റെ ഉത്തരകേരളത്തിലെ പ്രമുഖ നേതാവായി ത്തീരുകയും ചെയ്ത ചൊക്ലിയിലെ സി എച്ച് ഗോവിന്ദൻ നമ്പ്യാരാണ് പയ്യന്നൂരിലെ ദേശീയ പ്രസ്ഥാനത്തിന് രൂപഭാവങ്ങൾ നൽകിയത്.

ആദ്യഘട്ടത്തിൽ ഇന്ത്യയിൽ എല്ലായിടത്തും എന്നത് പോലെ കേരളത്തിലെയും കോൺഗ്രസ്സിന്റെ പ്രവർത്തകരും നേതാക്കളുമെ ല്ലാം സമൂഹത്തിന്റെ ഉന്നത ശ്രേണിയിൽപെട്ടവരായിരുന്നു. സർ സി ശങ്കരൻ നായർ, ബാരിസ്റ്റർ ജി. പി. പിള്ള, വി. രൈരു നമ്പ്യാർ, സി. കുഞ്ഞിരാമ മേനോൻ, മന്നത്ത് കൃഷ്ണൻ നായർ, ഡോ: ടി. എം. നായർ, ഹിന്ദു പത്രാധിപരായിരുന്ന സി. കരുണാകര മേനോൻ തുടങ്ങിയ പ്രഗ ത്ഭമതികളുടെ ഒരു നിരയായിരുന്നു. 1920 ഏപ്രിൽ 28, 29 തീയതികളിൽ മഞ്ചേരിയിൽ ചേർന്ന കോൺഗ്രസ്സിന്റെ അഞ്ചാം രാഷ്ട്രീയ സമ്മേളന ത്തിന് ശേഷമാണ് കോൺഗ്രസ്സിൽ ജനകീയതയുടെ പുത്ര ചലനങ്ങൾ

ഉണ്ടാകുന്നത്. മൊൺടെഗ്ഗ-ചെംസ്റ്റോർഡ് ഭരണപരിഷ്ക്കാരത്തിനെ തിരായ കെ. പി. രാമൻ മേനോന്റെ പ്രമേയത്തെ ആനിബസന്റിന്റെ നേതൃത്വത്തിൽ കോഴിക്കോട് ചെറിയ രാജ, നിലമ്പൂർ ഇളയ രാജ, കെ. സി. വീരായൻ രാജ തുടങ്ങിയവരടക്കമുള്ള രാജാക്കന്മാരും ജന്മിമാരും ശക്തിയുക്തം എതിർത്തു. ബ്രിട്ടീഷ് ഭരണത്തിന് അപ്രിയമായിരുന്ന തൊന്നും അന്നത്തെ കോൺഗ്രസ്സ് വരേണ്യ നേതൃത്വത്തിന് സ്വീകാ ര്യമായിരുന്നില്ല. പ്രബല ശക്തികളുടെ എതിർപ്പുണ്ടായിട്ടും കെ. പി. രാമൻ മേനോന്റെ ബ്രിട്ടീഷ് വിരുദ്ധ പ്രമേയം മഹാ ഭൂരിപക്ഷത്തോടെ പാസ്സായി. പ്രകോപിതരായ രാജാക്കന്മാരും ജന്മിമാരും പ്രമാണിമാ രും മഞ്ചേരി സമ്മേളനത്തിൽ നിന്നും ഇറങ്ങിപ്പോക്ക് നടത്തി. നേതൃ നിരയിൽ ഉണ്ടായിരുന്ന പ്രമാണി വർഗ്ഗം കോൺഗ്രസ്സിൽ നിന്നും പതിയെ പടിയിറങ്ങുന്നതിന്റെ ദൃശ്യം കൂടിയായിരുന്നു അത്.

അതിന്റെ തുടർച്ചയായി 1920 ൽ തന്നെയാണ് കെ. മാധവൻ നായർ സെക്രട്ടറിയും യു. ഗോപാലമേനോൻ ജോയിന്റ് സെക്രട്ടറിയുമായി കെ പി സി സി യുടെ ആദ്യ കമ്മിറ്റി നിലവിൽ വന്നത്. 1921 ഏപ്രിൽ 3 ന് ഒറ്റപ്പാലത്ത് വെച്ച് ടി. പ്രകാശത്തിന്റെ അദ്ധ്യക്ഷതയിലാണ് കോൺഗ്ര സ്സിന്റെ ഒന്നാം രാഷ്ട്രീയ സമ്മേളനം നടന്നത്. 1923 മെയ് 6 ന് രണ്ടാം കേരളാ പ്രദേശ് കോൺഗ്രസ്സ് വാർഷിക സമ്മേളനം സരോജിനി നായിഡുവിന്റെ അദ്ധ്യക്ഷതയിൽ പാലക്കാട്ട് വെച്ച് നടന്നു. അഞ്ചു ജില്ലാ കമ്മിറ്റികളും മണ്ഡലം കമ്മിറ്റികളുമായി അടിത്തട്ട വരെയുള്ള സംഘടനാ സംവിധാനം ഇക്കാലമാകുമ്പോഴേക്കും കേരളത്തിലെങ്ങും കോൺഗ്രസ്സിനുണ്ടായി. 1925 വരെ സെക്രട്ടറി, ജോയിന്റ് സെക്രട്ടറി എന്നിങ്ങനെയായിരുന്ന കെ പി സി സി യുടെ ഭാരവാഹിത്വം. 1925 ജൂലായ് 20 ന് കെ പി സി സി യോഗം ചേർന്ന് പ്രസിഡന്റായി കെ. മാധവൻ നായരെയും സെക്രട്ടറിയായി കെ. കേളപ്പനെയും ഖജാൻജി യായി കെ. മാധവമേനോനെയും തെരഞ്ഞെടുത്തു. വടക്കേ മലബാറി ലാകെ കോൺഗ്രസ്സിന്റെ സംഘടനാ സംവിധാനം ശക്തിപ്പെടുന്നത് അതിനു ശേഷമാണ്.

ദേശീയ പ്രസ്ഥാനത്തിന്റെ ചലനങ്ങൾ കുറേക്കൂടി നേരത്തെതന്നെ പ്രത്യക്ഷപ്പെട്ട സ്ഥലങ്ങളാണ് മംഗലാപുരവും കാസർകോട്ടമെല്ലാം. ദേശീയ പ്രസ്ഥാനത്തിന്റെ നേതൃത്വമേറ്റെടുത്ത ശേഷം ഗാന്ധിജി നടത്തിയ ആദ്യത്തെ മംഗലാപുരം യാത്ര സ്വാതന്ത്ര്യ ദാഹികളായ യുവാക്കളിൽ വലിയ ആവേശമാണ് ഉണർത്തിവിട്ടത്. 1920 ആഗസ്റ്റ് 19 നാണ് ഗാന്ധിജി മംഗലാപുരത്തെത്തിയത്. മംഗലാപുരത്തിനടുത്ത കർണ്ണാട് പ്രദേശത്തെ വൻകിട ഭൂവുടമയായിരുന്ന രാമചന്ദ്രറാവുവിന്റെ

മകൻ കർണ്ണാട് സദാശിവറാവ്വും അന്ന് ഗാന്ധിജിയെ സന്ദർശിച്ച വരുടെ കൂട്ടത്തിൽ ഉണ്ടായിരുന്നു. ഗാന്ധിജിയുടെ ആഹ്വാനത്തിൽ ആവേശഭരിതനായി സദാശിവറാവ്വ 1921ൽ മംഗലാപുരത്ത് തിലക് വിദ്യാലയം സ്ഥാപിച്ചു. അതിന്റെ പ്രധാനാധ്യാപകൻ മൂഡബദ്രി ഉമേശ് റാവ്വവായിരുന്നു. കർണ്ണാട് സദാശിവറാവ്വും ഉമേശ് റാവ്വവും ചേർന്നാണ് കാസർകോട് മല്ലികാർജ്ജുന ക്ഷേത്ര പരിസരം കേന്ദ്രീ കരിച്ച് കോൺഗ്രസ്സ് സംഘടനയ്ക്ക് രൂപം നൽകിയത്. 1922 ൽ ഉമേശ് റാവ്വ കാസർകോട് തിലക് വിദ്യാലയം സ്ഥാപിച്ചു. 1925 ജനുവരിയി ലാണ് കാഞ്ഞങ്ങാട്ട്

കോൺഗ്രസ്സിന്റെ ആദ്യ സമ്മേളനം വി ആർ നായനാരുടെ അദ്ധ്യക്ഷതയിൽ നടക്കുന്നത്. എ. സി. കണ്ണൻ നായർ പ്രസിഡന്റും കെ. ടി. കുഞ്ഞിരാമൻ നമ്പ്യാർ സെക്രട്ടറിയും വിദ്വാൻ പി. കേളനായർ അടക്കമുള്ളവർ കമ്മിറ്റി അംഗങ്ങളമായി അതോടെ കാഞ്ഞങ്ങാട്ടും കോൺഗ്രസ്സ് പ്രവർത്തനം സജീവമായി. ദേശീയ പ്രസ്ഥാനത്തിന്റെ സന്ദേശം പ്രചരിപ്പിക്കുന്നതിന് വേണ്ടി അജാന്തൂർ പഞ്ചായത്തിലെ വെള്ളിക്കോത്ത് 1921 ൽ തന്നെ എ. സി. കണ്ണൻ നായരും വിദ്വാൻ പി. കേളനായരും മുൻകൈ എടുത്ത് ഒരു വായന ശാല സ്ഥാപിച്ചിരുന്നു. 1926 മെയ് 22 ന് 'വിജ്ഞാനദായിനി' എന്ന പേരിൽ ഒരു സംസ്കൃത വിദ്യാലയത്തിനും തുടക്കം കുറിച്ചു. ദേശീയ പ്രസ്ഥാനത്തിന്റെ ഭാഗമായി നാടെങ്ങും സ്ഥാപിക്കപ്പെട്ടു കൊണ്ടിരുന്ന ദേശീയ വിദ്യാലയങ്ങളുടെ മാതൃകയിലാണ് ഈ വിദ്യാലയവും പ്രവർത്തിച്ചിരുന്നത്. കേരളീയൻ, കെ. മാധവൻ, ഗാന്ധി കൃഷ്ണൻ നായർ തുടങ്ങിയ സ്വാതന്ത്ര്യപ്പോരാളി കളെല്ലാം അവിടെ പഠിച്ചവരാണ്. നീലേശ്വരത്ത് ഒരു വീട്ടിൽ ഒരു ചർക്ക എന്ന മുദ്രാവാക്യവുമായി ഒരു ഖാദിഗ്രാമം സ്ഥാപിക്കുന്നതിന് മുൻകൈ എടുത്തത് കർണ്ണാട് സദാശിവറാവ്വവാണ്. ആറോളം വീട്ടുകളിൽ ചർക്ക അവരുടെ ഉപജീവന മാർഗ്ഗമായിത്തീർന്നു.

1925 ലാണ് അഖില ഭാരത ചർക്കാ സംഘം നിലവിൽ വന്നത്. അതോടെ പയ്യന്നൂർ കേന്ദ്രമായി ഖാദി പ്രസ്ഥാനം ശക്തിപ്പെട്ടു. അതിന്റെ തുടർച്ചയെന്നോണം പയ്യന്നൂരിലും ദേശീയ പ്രസ്ഥാനം സംഘടനാ സംവിധാനത്തോടെ പ്രവർത്തിച്ചു തുടങ്ങി. വടക്കൻ കേരളത്തിലെ സ്വാതന്ത്ര്യ പ്രസ്ഥാനത്തിന്റെ പുതിയ ഉണർവ്വിനെ ത്വരിതപ്പെടുത്തുന്നതിനും കണ്ണിചേർക്കുന്നതിനും 1927 ഒക്ടോബർ 26, 27 തീയ്യതികളിലെ ഗാന്ധിജിയുടെ രണ്ടാം വടക്കൻ സന്ദർശനം അത്യധികം പ്രയോജനകരമായി.

'നാളെയാണല്ലോ നമ്മൾ നാൾ വരെയും കാത്ത
നാനാഫല പുണ്യ പൂർണ്ണ ദിനം

നാളെയാണീ നാട്ടിൽ ഗാന്ധിജി തൻ തൃക്കാൽ-
ത്താരിണപ്പാടണിപൊന്നുത്സവം'

വിദ്വാൻ പി. കേളു നായർ എഴുതിയ ഗാന്ധിജിയെ സ്വാഗതം ചെയ്യുന്ന പാട്ടുമായി യുവാക്കൾ ആവേശപൂർവ്വം സംഘംചേർന്നു നടന്നു. പയ്യന്നൂർ തൊട്ട് മംഗലാപുരം വരെ നടന്നു കൊണ്ടിരുന്ന ദേശീയ പ്ര സ്ഥാനത്തിന്റെ പ്രഥമ ഘട്ടത്തിലെ പ്രവർത്തനങ്ങളെയെല്ലാം ഏകോ പിപ്പിക്കുവാനും ഊർജ്ജസ്വലമാക്കുവാനും ഗാന്ധിജിയുടെ സന്ദർശനം അത്യധികം സഹായകമായി.

പയ്യന്നൂരിലെ സ്വാതന്ത്ര്യ പ്രസ്ഥാനത്തിന്റെ ഏറ്റവും ശക്തമായ സാന്നിദ്ധ്യം വിളിച്ചറിയിക്കപ്പെട്ട പ്രക്ഷോഭമായിരുന്നു സൈമൺ കമ്മീഷൻ ബഹിഷ്ക്കരണ സമരം. ഇന്ത്യക്കു വേണ്ടിയുള്ള സ്വയംഭരണ സംവിധാനത്തെക്കുറിച്ച് പഠനം നടത്തി റിപ്പോർട്ട് സമർപ്പിക്കുവാൻ ബ്രിട്ടീഷ് ഗവണ്മെന്റ് നിയോഗിച്ച സർ ജോൺ സൈമണിന്റെ നേതൃ ത്വത്തിലുള്ള കമ്മിറ്റിയിൽ ഒറ്റ ഇന്ത്യക്കാരനെപ്പോലും ഉൾപ്പെടുത്താ ത്തതിന്റെ പേരിൽ സൈമൺ കമ്മീഷൻ ബഹിഷ്ക്കരിക്കുവാൻ കോൺഗ്രസ്സ് തീരുമാനിച്ചു. 1928 ഫെബ്രുവരി 3 നു സൈമൺ കമ്മീഷൻ ബോംബേയിൽ കപ്പലിറങ്ങുന്ന ദിവസം ഹർത്താലും പ്രതിഷേധ മാർച്ചുകളുമായി ഇന്ത്യ സ്തംഭിപ്പിക്കണമെന്നായിരുന്നു എ ഐ സി സി തീരുമാനം. പയ്യന്നൂരും ഹോസ്ദുർഗ്ഗിലും കാസർകോട്ടമൊന്നും കോടതികൾ പോലും പ്രവർത്തിച്ചില്ല. വിദ്യാർത്ഥികൾ ക്ലാസ്സ് ബഹി ഷ്ക്കരിച്ച് വെളിയിലിറങ്ങി. പയ്യന്നൂരിലെ സൈമൺ കമ്മീഷൻ ബഹിഷ്ക്കരണത്തിന് നേതൃത്വം നൽകിയത് സി. എച്ച്. ഗോവിന്ദൻ നമ്പ്യാർ, കെ. കേളപ്പൻ, മൊയാരത്ത് ശങ്കരൻ എന്നിവരായിരുന്നു. കൂറ്റൻ പ്രതിഷേധ പ്രകടനം പയ്യന്നൂർ ബാസൽ മിഷൻ സ്കൂൾ പരി സരത്താണ് സമാപിച്ചത്.

'ശീമക്കാരേഴുപേരെ, മായക്കാരായവരെ
സൈമൺ കമ്മീഷൻകാരെ പോ പ്പോ പ്പോ
പോക്കണം പുറത്താക്കണം
സാമ്രാജ്യ പ്രമത്തന്മാർ സ്വാർത്ഥത്തിന്നുത്സുകന്മാർ
നിർമ്മിച്ചയച്ച യന്ത്രം പോ-പ്പോ-പ്പോ'

ടി. ആർ. കൃഷ്ണസ്വാമി അയ്യർ രചിച്ച ഈ ഗാനം ഉറക്കെപ്പാടിയാണ് സമരവളണ്ടിയർമാർ മാർച്ച് ചെയ്തത്. സമാപന സമ്മേളനത്തിലെ കെ. കേളപ്പന്റെയും മൊയാരത്ത് ശങ്കരന്റെയും പ്രസംഗങ്ങൾ അവിസ്മരണീ യമായിരുന്നു. പയ്യന്നൂരിലെ ദേശീയ പ്രസ്ഥാനത്തിന്റെ വളർച്ചയുടെ ഒരു പ്രധാന പ്രതിഫലനം കൂടിയായിരുന്നു സൈമൺ കമ്മീഷൻ

ബഹിഷ്ക്കരണ സമരം. പടിപടിയായ ആ വളർച്ചയെ വലിയ ഒരു കുതിപ്പിലെത്തിക്കാനുള്ള ആസൂത്രണം നേതാക്കളുടെ മുൻകൈയിൽ നടന്നു. കോൺഗ്രസ്സിന്റെ നാലാം കേരള സംസ്ഥാന രാഷ്ട്രീയ സമ്മേളനത്തിന് വേണ്ടിയുള്ള വേദിയായി അതുകൊണ്ടാണ് പയ്യന്നൂ രിനെത്തന്നെ കണ്ടെത്തിയത്. 1921 ഏപ്രിൽ 3 ന് ഒറ്റപ്പാലത്ത് വെച്ച് ഒന്നാം രാഷ്ട്രീയ സമ്മേളനവും 1923 മെയ് 6 ന് പാലക്കാട്ട് വെച്ച് രണ്ടാം രാഷ്ട്രീയ സമ്മേളനവും 1927 ൽ കോഴിക്കോട് വെച്ച് മൂന്നാം അഖില കേരള രാഷ്ട്രീയ സമ്മേളനവും വിജയകരമായി നടത്തിയ കോൺഗ്രസ് നേതൃത്വം 1928 മെയ് മാസത്തിൽ നാലാം കേരള രാഷ്ട്രീയ സമ്മേളനം പയ്യന്നൂരിൽ വെച്ച് നടത്തുവാൻ തീരുമാനിച്ചു. 1928 മാർച്ച് 25 ന് പയ്യ ന്നൂരിൽ സി എച്ച് ഗോവിന്ദൻ നമ്പ്യാരുടെ വീട്ടിൽ എ. സി. കണ്ണൻ നായരുടെ അദ്ധ്യക്ഷതയിൽ ചേർന്ന കോൺഗ്രസ് ജില്ലാകമ്മിറ്റി യോഗം നാലാം കേരള രാഷ്ട്രീയ സമ്മേളനത്തിന്റെ പദ്ധതി തയ്യാറാക്കി. കാസർകോട്, കാഞ്ഞങ്ങാട്, നീലേശ്വരം, പയ്യന്നൂർ, കണ്ണൂർ, തലശ്ശേരി തുടങ്ങിയ പ്രദേശങ്ങളിൽ നിന്നുള്ള കോൺഗ്രസ് പ്രവർത്തകരെല്ലാം പയ്യന്നൂരിൽ ഒത്തുചേർന്നു പ്രവർത്തിച്ചു. കെ. ടി. കുഞ്ഞിക്കമ്മാരൻ നമ്പ്യാർ ആയിരുന്നു സ്വാഗതസംഘത്തിന്റെ അധ്യക്ഷൻ.

പയ്യന്നൂർ കോൺഗ്രസ്സ് സമ്മേളനം

1928 മെയ് 25, 26, 27 തീയതികളിൽ പയ്യന്നൂരിൽ വെച്ച് നടന്ന കോൺഗ്രസ്സിന്റെ നാലാം സംസ്ഥാന രാഷ്ട്രീയ സമ്മേളനം വടക്കൻ കേരളത്തിന്റെ തന്നെ രാഷ്ട്രീയ ചരിത്രത്തിൽ നിർണായകമാ യിരുന്നു. വടക്കേ മലബാറിലെ ദേശീയ പ്രസ്ഥാനത്തിന്റെ വളർച്ചയെ മാത്രമല്ല, പിൽക്കാലത്തെ ഇടതുപക്ഷപ്രസ്ഥാനത്തിന്റെയും വർഗ്ഗസം ഘടനകളുടെയും വളർച്ചയെയും കോൺഗ്രസ്സിന്റെ പയ്യന്നൂർ സമ്മേളനം ഗണ്യമായി സ്വാധീനിച്ചിട്ടുണ്ട്. കോൺഗ്രസ്സിന്റെ ആരംഭകാലം മുതൽ ജന്മിമാരും നാട്ടുരാജാക്കന്മാരും പ്രമാണിമാരുമാണ് അതിൽ മേധാവിത്വം വഹിച്ചിരുന്നത്. 1920 ലെ മഞ്ചേരി സമ്മേളനം മുതൽ അതിന് മാറ്റം വന്നു തുടങ്ങിയെങ്കിലും പ്രമാണിമാർക്കും ജന്മിമാർക്കും യാഥാസ്ഥിതികർക്കും ഉണ്ടായിരുന്ന സ്ഥാനം ഒട്ടും നഷ്ടപ്പെട്ടിരുന്നി ല്ല. ജന്മി-നാട്ടുവാഴി താൽപ്പര്യങ്ങൾക്ക് പ്രത്യക്ഷത്തിൽ വിരുദ്ധമായ ആശയങ്ങളോ പ്രമേയങ്ങളോ ഒന്നും അക്കാലത്ത് കോൺഗ്രസ്സ് അംഗീ കരിച്ചിരുന്നില്ല. 1917 ലെ ഒക്റ്റോബർ വിപ്ലവത്തിന്റെ സന്ദേശത്തിൽ ആകൃഷ്ടനായി 'പൂർണ്ണ സ്വാതന്ത്ര്യ ലീഗ്' എന്നപേരിൽ ഒരു ഇടതുപക്ഷ കോൺഗ്രസ്സ് സംഘടനയ്ക്ക് രൂപം നൽകുകയും കോൺഗ്രസ്സിലെ ഇടതു പക്ഷത്തിന്റെ നേതൃത്വം ഏറ്റെടുക്കുകയും ചെയ്ത പണ്ഡിറ്റ് ജവഹർ ലാൽ നെഹ്രുവിന്റെ ആദ്യകേരള സന്ദർശനവും സമ്മേളനത്തിലെ അദ്ധ്യക്ഷ പദവും വലിയ ചലനമാണ് സൃഷ്ടിച്ചത്. കോൺഗ്രസ്സിന്റെ വലയുപക്ഷ നേതൃത്വത്തിന്റെയും കോൺഗ്രസ്സിന് പുറത്തുള്ള മിതവാദി

ഗ്രൂപ്പുകളുടെയും താൽപ്പര്യങ്ങൾക്ക് വിരുദ്ധമായി സാമ്രാജ്യത്വ വിരുദ്ധ പ്രമേയങ്ങൾ അവതരിപ്പിക്കുകയും അംഗീകരിപ്പിക്കുകയും ചെയ്യുന്നതിന് നേതൃത്വം നൽകിയ നെഹ്റുവിനെ മദിരാശി കോൺഗ്രസ്സിൽ വെച്ച് ഒരു ഒത്തുതീർപ്പ് സ്ഥാനാർത്ഥിയെന്ന നിലയിൽ മാത്രമാണ് എ ഐ സി സി ജനറൽ സെക്രട്ടറിയായി നേതൃത്വം അംഗീകരിച്ചത്. നെഹ്റുവിന്റെ സന്ദർശനം ദേശീയബോധമുള്ള മുഴുവൻ ജനങ്ങളിലും കോൺഗ്രസ്സിലെ പുരോഗമന വാദികളിൽ പ്രത്യേകിച്ചും സവിശേഷമായ പ്രതീക്ഷയും ആവേശവുമാണ് വളർത്തിയത്.

പയ്യന്നൂർ ടൗണിന്റെ വടക്ക് മടത്തുംപടി ക്ഷേത്രത്തിന് പടിഞ്ഞാറും ഗവണ്മെന്റ് ആശുപത്രിക്ക് തെക്കുമായി കെട്ടിയൊരുക്കിയ പന്തലിലേ ക്ക് മെയ് 25 ന് രാവിലെ മുതൽ ജനപ്രവാഹമായിരുന്നു. രാവിലെ 'വന്ദേമാതരം' ആലപിച്ചുകൊണ്ടാണ് സമ്മേളനം ആരംഭിച്ചത്. കേര ളത്തിന്റെ രാഷ്ട്രീയ- സാമൂഹിക വൈവിധ്യങ്ങളെ മുഴുവൻ പ്രതിഫലിപ്പി ക്കുന്നതായിരുന്നു സമ്മേളനത്തിലെ പങ്കാളിത്തം. സ്വാതന്ത്ര്യപ്പോരാ ളികൾക്കും കോൺഗ്രസ്സ് പ്രവർത്തകർക്കും പുറമെ നായർ സർവ്വീസ് സൊസൈറ്റി, വിവിധ ഹരിജൻ സംഘടനകൾ, സാഹിത്യ-സാം സ്ക്കാരിക സംഘടനകളുടെ പ്രതിനിധികൾ, വ്യത്യസ്തമേഖലകളിൽ പ്രാവീണ്യം തെളിയിച്ച പ്രമുഖ വ്യക്തികൾ എല്ലാമായി കേരളത്തിന്റെ ഒരു പരിച്ഛേദം തന്നെയായിരുന്നു പയ്യന്നൂർ സമ്മേളനം.

ചങ്ങനാശ്ശേരി പരമേശ്വരൻ പിള്ളയുടെ അദ്ധ്യക്ഷതയിൽ നടന്ന നായർ സമാജ സമ്മേളനം, മഹാകവി വള്ളത്തോൾ നാരായണ മേനോന്റെ അദ്ധ്യക്ഷതയിൽ ചേർന്ന സാഹിത്യ സമ്മേളനം, ധർമ്മ ദേവ വിദ്യാവാചസ്പതിയുടെ അദ്ധ്യക്ഷതയിൽ ചേർന്ന ആര്യ സമാജം സമ്മേളനം, ടി. ടി. കേശവൻ പുലയനാർ അദ്ധ്യക്ഷനായ ആദിദ്രാവിഡ സമ്മേളനം, ഡോ: വരദരാജുലു നായിഡുവിന്റെ അധ്യക്ഷതയിൽ നടന്ന യുവജന സമ്മേളനം തുടങ്ങിയ സമ്മേളനങ്ങൾ അതിന്റെ പ്രൗഢിയും വൈവിധ്യവും വിളിച്ചറിയിച്ചുവെങ്കിലും പയ്യന്നൂർ സമ്മേളനം ചരിത്ര ത്തിൽ ഇടം നേടുന്നത് അതിന്റെ കാലഘട്ടത്തെ സ്വാധീനിച്ച ഉള്ളടക്കം കൊണ്ടാണ്.

രണ്ട് പ്രമേയങ്ങളിലൂടെയാണ് പയ്യന്നൂരിൽ നടന്ന കോൺഗ്രസ്സ് സമ്മേളനം അവിസ്മരണീയമായിത്തീരുന്നത്. ഒന്ന് പൂർണ്ണ സ്വാതന്ത്ര്യ പ്രമേയവും മറ്റൊന്ന് കുടിയാന്മാർക്ക് ഭൂമിയിൽകൈവശാവകാശ സംരക്ഷണം ഉറപ്പ് വരുത്തണമെന്ന പ്രമേയവും.

'ഇന്ത്യക്ക് ബ്രിട്ടീഷ് ഭരണത്തിൽ നിന്നും പരിപൂർണ്ണ സ്വാതന്ത്ര്യം ലഭിക്കുക തന്നെ വേണം. അതിലേക്ക് ഗാന്ധിജിയുടെ നിസ്സഹകരണ

പ്രസ്ഥാനത്തിലൂടെ ഫലപ്രാപ്തി വരെ സമരം ചെയ്യുന്നതാണെന്ന് ശപഥം ചെയ്യുന്നു. അതോടൊപ്പം ഈ പ്രഖ്യാപനത്തിന് അംഗീകാരം നൽകുവാൻ അഖിലേന്ത്യാ കോൺഗ്രസ്സ് കമ്മിറ്റിയോട് അഭ്യർത്ഥി ക്കുകയും ചെയ്യുന്നു. '

കെ. മാധവനാർ ആണ് പൂർണ്ണ സ്വാതന്ത്ര്യ പ്രമേയം അവതരിപ്പി ച്ചത്. എം. ഗോവിന്ദക്കുറുപ്പ് പിൻതാങ്ങി. കെ. പി. രാമുണ്ണിമേനോൻ, എം. ഗോവിന്ദക്കുറുപ്പ് എന്നിവർ പ്രമേയത്തെ അനുകൂലിച്ച് സുദീർഘമായി സംസാരിച്ചു. ബാരിസ്റ്റർ മഞ്ചേരി രാമയ്യർ നിശിതമായി എതിർത്തു. ആനിബസന്റ് സ്ഥാപിച്ച ഹോംറൂൾ പ്രസ്ഥാനത്തിന്റെ പ്രമുഖ നേതാ വായിരുന്നു രാമയ്യർ.

'സ്വാതന്ത്ര്യം ഇന്ത്യക്ക് ആവശ്യമാണെങ്കിലും നാം അതിനു തക്ക രാഷ്ട്രീയ വളർച്ച നേടിയിട്ടില്ലാത്തതു കൊണ്ട് 'പുത്രികാരാജ്യ പദവി മതി'എന്നായിരുന്നു മഞ്ചേരി രാമയ്യരുടെ അഭിപ്രായം. പി. അച്യുതൻ, യു. ഗോപാലമേനോൻ, ഉപ്പിസാഹിബ് എന്നിവരൊക്കെ ഈ 'ഡൊമീനിയൻ പദവി' പ്രമേയത്തെ പിന്തുണച്ചു. അഖിലേന്ത്യാടി സ്ഥാനത്തിൽ തന്നെ കോൺഗ്രസ്സിൽ ഇതിനകം പൂർണ്ണ സ്വാതന്ത്ര്യ വാദികളും പുത്രികാരാജ്യ വാദികളും തമ്മിൽ ഒരു വൈരുദ്ധ്യം രൂപപ്പെട്ടു കഴിഞ്ഞിരുന്നു. 'പൂർണ്ണ സ്വാതന്ത്ര്യ ലക്ഷ്യത്തിന്റെ കാവൽ ഭടന്മാർ, പൂർണ്ണ സ്വാതന്ത്ര്യ ലക്ഷ്യത്തെ പൂജാമുറിയിൽവെച്ച് ആരാധിക്കാ നുള്ള ഒരു വിഗ്രഹം മാത്രമായി അധഃപതിപ്പിക്കുന്നവർ എന്ന രണ്ട ചേരികളായി കോൺഗ്രസ്സുകാർ തിരിഞ്ഞു... (ഇന്ത്യൻ സ്വാതന്ത്ര്യ സമര ചരിത്രം-ഇ എം എസ്. പേജ് 439, 440)

ഈ വൈരുദ്ധ്യത്തിന്റെ മുഴുവൻ ശക്തിവിശേഷവും സ്ഫുരിക്കുന്ന വാക്കുകളായിരുന്നു പൂർണ്ണ സ്വാതന്ത്ര്യ പ്രമേയത്തെ അനുകൂലി ച്ചുകൊണ്ട് കെ. കേളപ്പൻ നടത്തിയ പ്രസംഗത്തിൽ ഉടനീളം. 'കോൺഗ്രസ്സിന് ചില ലക്ഷ്യങ്ങളെല്ലാമുണ്ട്. ലഡ്ഡുവും ജിലേബിയും തിന്ന് സുഖമായി കഴിയുവാൻ ക്ഷണിക്കുന്ന പക്ഷം കോൺഗ്രസ്സിൽ ചേരാൻ ധാരാളം പേർ വന്നെന്നു വരും. അത്തരം ആളുകളുടെ എണ്ണം നോക്കി കോൺഗ്രസ്സിന്റെ ശക്തി അളക്കാനാവില്ല. ദൃഢ വിശ്വാസവും ആത്മത്യാഗ സന്നദ്ധതയുമുള്ള ആളുകളാണ് കോൺഗ്രസ്സിന്റെ ശക്തി' പ്രസംഗം കേട്ട് ആവേശഭരിതനായി കേളപ്പന്റെ പുറത്തു തട്ടി അഭിന ന്ദനമറിയിച്ചുകൊണ്ട് നെഹ്റു തന്റെ പൂർണ്ണ സ്വാതന്ത്ര്യ പക്ഷപാതം വെളിവാക്കി. ഗംഭീരമായ വാദങ്ങളും എതിർ വാദങ്ങളും ഉയർന്നെങ്കി ലും പ്രമേയം വോട്ടിനിട്ടപ്പോൾ മഹാഭൂരിപക്ഷത്തോടെയാണ് പൂർണ്ണ സ്വാതന്ത്ര്യ പ്രമേയം പാസ്സായത്. എതിരാളികൾ പരിമിതമാം വിധം

ന്യൂനപക്ഷമായിരുന്നു. ആകെ 11 വോട്ടുകളാണ് പ്രമേയത്തിനെതിരെ ഉണ്ടായിരുന്നത്.

'ഒരു സ്വതന്ത്ര ഇന്ത്യൻ റിപ്പബ്ലിക്കിന്റെ സ്ഥാപനമാവട്ടെ നമ്മുടെ ലക്ഷ്യം. നീതിയും സമത്വവും ഇവിടെ പുലരുക തന്നെ വേണം. നമ്മെ ബന്ധനസ്ഥരാക്കുന്ന കെട്ട ആചാരങ്ങളെ നാം പരിത്യജിക്കണം. നമ്മുടെ ജനാധിപത്യത്തിൽ സ്ത്രീ പുരുഷന്മാർക്ക് തുല്യത കൈവര ത്തണം. അയിത്തം അവസാനിപ്പിക്കണം. കൃഷിക്കാരോട് ജന്മിമാരും തൊഴിലാളികളോട് മുതലാളിമാരും എടുക്കുന്ന ചൂഷണം നമുക്ക് ചെറുത്തു തോൽപ്പിക്കണം. ശാസ്ത്രാഭിമുഖ്യം കൈവരിക്കേണ്ടത് ഇന്ത്യക്കാരന്റെ കടമയാണ്. യുക്തിക്കും ബുദ്ധിക്കും നിരക്കാത്ത വിശ്വാസങ്ങളെ ഉപേ ക്ഷിച്ച് ചിന്തകളിൽ നാം വിപ്ലവകാരികളായിത്തീർന്നേ പറ്റൂ. സമസ്ത സൗകര്യങ്ങളും സകലർക്കും ലഭിക്കുന്ന ഒരു സാമൂഹിക വ്യവസ്ഥ കെട്ടി പ്പടുക്കുകയെന്നതാണ് ഇന്ത്യൻ സ്വാതന്ത്ര്യത്തിന്റെ ലക്ഷ്യം. നമ്മുടെ രാജ്യത്തിന്റെ പാരമ്പര്യത്തെ കുറിച്ചുള്ള പല്ലവി ആവർത്തിക്കുകയല്ല, ഭാവിക്കുവേണ്ടി നിർഭയം പ്രവർത്തിച്ച് മുന്നേറുകയാണ് വേണ്ടത്. ഇൻക്വിലാബ് സിന്ദാബാദ്'.

നെഹ്റുവിന്റെ പ്രസംഗം കയ്യടിയുടെ ഒരു കടലിരമ്പത്തോടെയാണ് പയ്യന്നൂർ ഏറ്റ വാങ്ങിയത്. ഒരു കോൺഗ്രസ് നേതാവിൽ നിന്നും അതി നുമുൻപ് ഒരിക്കലും കേട്ടിട്ടില്ലാത്ത അത്യുജ്ജ്വലവും ആവേശകരവുമായ ഒരു ആഹ്വാനമായിരുന്നു അത്. തന്റെ സോഷ്യലിസ്റ്റ് ആഭിമുഖ്യവും ഇടതുപക്ഷചിന്താഗതിയും ജവഹർലാൽ നെഹ്റു അൽപ്പം പോലും മറച്ചുവെച്ചില്ല. പൂർണ്ണ സ്വാതന്ത്ര്യ പ്രമേയം അംഗീകരിക്കപ്പെട്ടതിന്റെ ഒരു പ്രഖ്യാപനം മാത്രമായിരുന്നില്ല അത്. അതൊരു ചവിട്ടുപടി യായിരുന്നു. 1929 ഡിസംബർ 31 ന് ലാഹോർ സമ്മേളനം ഇന്ത്യൻ നാഷണൽ കോൺഗ്രസ്സിന്റെ ലക്ഷ്യം തന്നെ പൂർണ്ണ സ്വാതന്ത്ര്യം ആണെന്ന് പ്രഖ്യാപിച്ചു. അതിന്റെ ചവിട്ടുപടിയായിരുന്നു.

നെഹ്റുവിന്റെ സാന്നിദ്ധ്യവും പ്രസംഗവും കേരളത്തിലെ പിൽക്കാല ഇടതുപക്ഷമുന്നേറ്റത്തിന് വലിയ തോതിൽ കളമൊരുക്കിയിട്ടുണ്ട്. അതോടൊപ്പം മറ്റൊരു പ്രമേയം കൂടി അവിടെ അംഗീകരിക്കപ്പെട്ടു. 'മലബാറിലെ എല്ലാ കുടിയാന്മാർക്കും വസ്തു കൈവശാവകാശ കാര്യ ത്തിൽ ഉറപ്പും അത്യാവശ്യമായ കാര്യങ്ങളിൽ സംരക്ഷണവും നൽകുന്ന ഒരു നിയമം ഉടൻ പാസ്സാക്കണം'. ബ്രിട്ടീഷ് സർക്കാരിനോട് ഇത്തരം ഒരു ആവശ്യമുന്നയിക്കുന്ന പ്രമേയം അവതരിപ്പിച്ചത് എം. എം. കുഞ്ഞി രാമമേനോൻ ആണ്. പൂർണ്ണ സ്വാതന്ത്ര്യ പ്രമേയം പോലെത്തന്നെ പയ്യന്നൂർ സമ്മേളനത്തെ ചരിത്ര പ്രസിദ്ധമാക്കുന്നത് ഈ പ്രമേയം

കുടിയാണ്. ഒരു ബഹുവർഗ്ഗ പാർട്ടിയായ കോൺഗ്രസ്സിൽ സ്വാഭാവിക മായും ആധിപത്യമുള്ള ജന്മിപക്ഷം അതിശക്തമായ എതിർപ്പയർത്തി. ജന്മിമാരും കുടിയാന്മാരും ഒരുപോലെ പങ്കെടുക്കുന്ന ഒരു യോഗത്തിൽ വെച്ച് ഇത്തരം ഒരു പ്രമേയം വോട്ടിനിടരുതെന്നും അവർ വാദിച്ചു. പക്ഷെ ഈ പ്രമേയത്തിനും എതിരായി 11 വോട്ടുകൾ മാത്രമാണ് ലഭിച്ചത്.

വടക്കൻകേരളത്തിന്റെ രാഷ്ട്രീയത്തെയാകെ ഗണ്യമായി സ്വാധീ നിച്ച നിർണ്ണായകമായ ഒരു പ്രതിഭാസം തന്നെയായിരുന്ന പയ്യന്നൂർ സമ്മേളനം. കോൺഗ്രസ്സ് സമ്മേളനമാണ് നടന്നതെങ്കിലും അതിന്റെ ഫലപ്രാപ്തി ഇടതുപക്ഷ രാഷ്ട്രീയ ആശയങ്ങളുടെ ഉയർച്ചയും വളർച്ചയു മായിരുന്നു. 1921 ലെ അഹമ്മദാബാദ് കോൺഗ്രസ്സ് സമ്മേളനത്തിൽ ഹസ്രത്ത് മൊഹാനി 'പൂർണ്ണസ്വരാജ് പ്രമേയം' അവതരിപ്പിച്ച കാലം തൊട്ട് അത് കോൺഗ്രസ്സിലെ ഇടതുപക്ഷക്കാരുടെ മുദ്രാവാക്യമായി രുന്നു. ഒപ്പം മണ്ണിൽ പണിയെടുക്കുന്ന കൃഷിക്കാരായ കുടിയാന്മാർക്ക വേണ്ടിയുള്ള പ്രമേയം പാസ്സാക്കിയെന്നതും ആ സമ്മേളനത്തിൽ ഉയർന്ന ഇടതുപക്ഷ ആശയഗതിയുടെ വിജയമായിട്ടാണ് കണക്കാക്ക പ്പെട്ടത്. ഇതിന്റെയൊക്കെ ഫലമായി കോൺഗ്രസ്സിലെ യുവാക്കളുടെ ഒരു നിരയെ അപ്പാടെ ഇടതുപക്ഷ ആഭിമുഖ്യമുള്ളവരാക്കിത്തീർക്ക ന്നതിൽ പയ്യന്നൂർ സമ്മേളനം ഗണ്യമായ പങ്ക് വഹിച്ചിട്ടുണ്ട്. പയ്യന്നൂർ സമ്മേളനത്തോടെയാണ് കരിവെള്ളൂരിലും രാഷ്ട്രീയബോധത്തിന്റെ വിത്തുകൾ വീണു പൊട്ടി മുളക്കുന്നത്. വങ്ങാട്ട് ഉണ്ണമ്മൻ ഉണിത്തിരി, എ. വി. കുഞ്ഞമ്പു, വി. വി. കുഞ്ഞമ്പു, പി. കുഞ്ഞിരാമൻ, എം. പി. അപ്പ മാസ്റ്റർ എന്നിവരാണ് കരിവെള്ളൂരിൽ നിന്നും ആ സമ്മേളനത്തിൽ പ്രതിനിധികളായി പങ്കെടുത്തത്. ദേശീയബോധത്തിന്റെയും സ്വാതന്ത്ര്യ ദാഹത്തിന്റെയും രാഷ്ട്രീയം കരിവെള്ളൂരിലേക്ക് കടത്തിക്കൊണ്ടു വന്നത് ഈ യുവാക്കളാണ്. നാലാം രാഷ്ട്രീയ സമ്മേളനത്തോടെ പയ്യന്നൂർ വടക്കൻ കേരളത്തിന്റെ രാഷ്ട്രീയ തലസ്ഥാനമായിത്തീർന്നു.

പയ്യന്നൂർ ഉപ്പ് സത്യാഗ്രഹം

പിന്നീട് സിവിൽ നിയമലംഘനപ്രസ്ഥാനത്തിന്റെ ഭാഗമായി 1930 ൽ ഉപ്പ് സത്യാഗ്രഹം നടന്നതും പയ്യന്നൂരിലാണ്. 1929 ഡിസംബർ 31 ന് ലാഹോറിലെ രാവി നദീതീരത്ത് ആണ് ജവഹർലാൽ നെഹ്രുവിന്റെ അദ്ധ്യക്ഷതയിൽ നടന്ന ലാഹോർ സമ്മേളനം സമാപിച്ചത്. ഗാന്ധിജി അവതരിപ്പിച്ച പൂർണ്ണ സ്വാതന്ത്ര്യ പ്രഖ്യാപന പ്രമേയം സമ്മേളനം ഏകകണ്ഠമായി അംഗീകരിച്ചു. ബ്രിട്ടീഷ് വാഴ്ചയിൽ ഇന്ത്യക്കാർ അനുഭവിക്കുന്ന നിയമസഭാംഗത്വം ഉൾപ്പടെയുള്ള എല്ലാ സ്ഥാനങ്ങളും ഉപേക്ഷിക്കുവാൻ തീരുമാനിച്ചു, 1930 ഫെബ്രുവരി 14 ന് ചേർന്ന എ ഐ സി സി യോഗം സിവിൽ നിയമ ലംഘന സമരം ആരംഭിക്കാൻ തീരുമാനിച്ചു. സമരത്തിന്റെ പൂർണ്ണ നേതൃത്വം ഗാന്ധിജിയെയാണ് കോൺഗ്രസ്സ് ഏൽപ്പിച്ചത്. പതിനൊന്ന് ആവശ്യങ്ങളടങ്ങിയ പത്രിക മാർച്ച് 11 നു മുമ്പ് അംഗീകരിക്കണമെന്ന നിബന്ധനയോടെ ഗാന്ധിജി വൈസ്രോയിക്ക് സമർപ്പിച്ചു. ഉപ്പ് നിയമലംഘനമെന്ന നിസ്സാരമായ ഒരു പ്രതീകാത്മക സമരത്തിലൂടെ രാജ്യ സ്വാതന്ത്ര്യം എന്ന വലിയ ലക്ഷ്യത്തിലേക്കെത്തുന്നതിന്റെ യുക്തിയെക്കുറിച്ച് നെഹ്റു പോലും സംശയാലുവായിരുന്നു. 1930 മാർച്ച് 12 ന് സബർമതി ആശ്രമത്തിൽ നിന്നും 78 പേർ 241 നാഴിക അകലെയുള്ള ദണ്ഡി കടപ്പുറത്തേക്ക് യാത്രയായി. 24 ദിവസത്തെ പര്യടനത്തിന് ശേഷം ഏപ്രിൽ 5 ന് ദണ്ഡി കടപ്പുറത്തെത്തി. 'ഒന്നുകിൽ ഉന്നയിച്ച ആവശ്യങ്ങൾ നേടി ആശ്രമത്തിൽ തിരിച്ചെത്തും. അല്ലെങ്കിൽ എന്റെ ശവം സമുദ്രത്തിൽ പൊങ്ങിക്കിടക്കും'. ഗാന്ധിജിയുടെ ഈ പ്രഖ്യാപനത്തോട് അത്യന്തം വൈകാരികമായാണ് ഇന്ത്യൻ ജനത പ്രതികരിച്ചത്. വെറുതെ

നോക്കി നിൽക്കാൻ ആർക്കും വയ്യാത്തവിധം ജനങ്ങളെ വലിച്ചടുപ്പി ക്കുകയും അനുയാത്രികരാക്കുകയും ചെയ്യുന്ന സവിശേഷമായ ഒരു ആകർഷണ ശക്തി ദണ്ഡിയാത്രുക്കുണ്ടായിരുന്നു. 'ഭവിഷ്യത്തുകൾ നേരിടാൻ തയ്യാറുള്ള ആർക്കും ഇനി ഇന്ത്യാ രാജ്യത്തെവിടെവെച്ചും ഉപ്പ് നിയമം ലംഘിക്കാം.'

ഗാന്ധിജിയുടെ ആ ആഹ്വാനം നാടെങ്ങും അനുരണനങ്ങൾ സൃഷ്ടിച്ചു. 1930 മാർച്ച് 9 ന് വടകരയിലെ 'കേരള കേസരി' പത്രം ഓഫീസിൽ ചേർന്ന കെ പി സി സി യോഗം ഇക്കാര്യം ചർച്ചയ്ക്കെടുത്തു. 1921 ലെ മലബാർ കലാപത്തിന് ശേഷം ഏറനാടൻ പ്രദേശത്ത് നിലനിന്നിരുന്ന വർഗീയ ധ്രുവീകരണം പുതിയ സമരങ്ങൾ ഏറ്റെടുക്കുന്നതിൽ കെ പി സി സി യ്ക്ക് വലിയ സങ്കോചം തന്നെ സൃഷ്ടിച്ചിരുന്നു. തമിഴ്നാട്ടിലെ വേദാരണ്യത്ത് ഉപ്പ് സത്യാഗ്രഹം നടക്കുന്നത് കൊണ്ട് ഇവിടെ വേറെ സമരം വേണ്ടെന്നായിരുന്നു കെ പി സി സി സെക്രട്ടറി കെ. മാധവൻ നായരുടെ അഭിപ്രായം. കെ പി സി സി യോഗത്തിൽ സമരത്തിനെ തിരായ അഭിപ്രായങ്ങൾക്കായിരുന്നു മുൻതൂക്കം. സമരത്തിനെതിരായ എതിർപ്പ് ശക്തിപ്പെട്ടപ്പോൾ കെ. കേളപ്പൻ ഇടപെട്ടു. 'നാന്നൂറ് നാഴി കയിലധികം കടൽത്തീരമുള്ള കേരളത്തിൽ, ഇന്ത്യയിലാകെ നടക്കുന്ന ഉപ്പ് നിയമ ലംഘനം പോലെ ഒരു സമരം നടത്താതിരിക്കുന്നതിന് യാതൊരു ന്യായീകരണവുമില്ല. ആരുമില്ലെങ്കിൽ ഞാൻ ഒറ്റയ്ക്ക് നിയമം ലംഘിക്കും.' മൊയാരത്ത് ശങ്കരനും മറ്റും ഈ നിലപാടിനെ പിന്തുണച്ച തോടെ ഉപ്പ് സത്യാഗ്രഹം നടത്തണമെന്ന തീരുമാനമായി. പയ്യന്നൂർ ആയിരിക്കും സമര കേന്ദ്രം എന്ന് കേളപ്പൻ തന്നെയാണ് പ്രഖ്യാപിച്ചത്.

1930 ഏപ്രിൽ 13 ന് കോഴിക്കോട് നിന്ന് ആരംഭിച്ച 32 പേർ പങ്കാളി കളായ ഉപ്പ് സത്യാഗ്രഹ ജാഥയിൽ പി. കൃഷ്ണപ്പിള്ള, ടി. സുബ്രഹ്മണ്യൻ തിരുമുമ്പ്, കെ. എ. കേരളീയൻ, കെ. പി. ഗോപാലൻ, കെ. മാധവൻ, തുടങ്ങിയ പിൽക്കാലത്തെ പ്രമുഖരായ കമ്മ്യൂണിസ്റ്റ് നേതാക്കൾ പങ്കാ ളികളായിരുന്നുവെന്നത് യാദൃശ്ചികമല്ല.

'വരിക വരിക സഹജരേ സഹന സമര സമയമായ്
കരളുറച്ച കൈകൾ കോർത്ത് കാൽ നടയ്ക്ക് പോക നാം'

എന്ന അംശി നാരായണപിള്ളയുടെ സമരഗീതം ജാഥാംഗങ്ങൾ ക്ക് ഉറക്കെ പാടിക്കൊടുക്കുന്ന ഉപ്പ് സത്യാഗ്രഹജാഥയിലെ സമരഭ ടനായിട്ടാണ് പി. കൃഷ്ണപ്പിള്ള എന്ന കമ്മ്യൂണിസ്റ്റ് പ്രസ്ഥാനത്തിന്റെ സ്ഥാപക നേതാവിനെ വടക്കൻ കേരളത്തിലെ ജനങ്ങൾ ആദ്യമായി കാണുന്നത്. പത്ത് ദിവസത്തെ യാത്രയ്ക്ക് ശേഷം പയ്യന്നൂരിൽ എത്തിയ ജാഥ ഏപ്രിൽ 23 ന് രാവിലെ സമരം ആരംഭിച്ചു. അതൊരു വമ്പിച്ച

ബഹുജന സമരമായിരുന്നു. കരിവെള്ളൂരിലെ ദേശീയ പ്രസ്ഥാനത്തിന്റെ മുൻനിര പ്രവർത്തകരെല്ലാം ഉപ്പസത്യാഗ്രഹത്തിൽ പങ്കെടുത്തു. കെ. കേളപ്പന്റെ നേതൃത്വത്തിലുള്ള ആദ്യ ബാച്ചിൽ തന്നെ വി. ഉണ്ണമ്മൻ ഉണിത്തിരി പങ്കെടുത്തിരുന്നു. എ. വി. കുഞ്ഞമ്പു, എം. പി. അപ്പ മാസ്റ്റർ, ടി. ടി. വി. കുഞ്ഞമ്പു, പി. കുഞ്ഞിരാമൻ തുടങ്ങിയവർ പയ്യന്നൂരിലും പരിസരത്തുമുള്ള ഉപ്പ് നിയമ ലംഘന സമരത്തിൽ പങ്കെടുത്തു. അറസ്റ്റും മർദ്ദനവും കേസുകളുമായി അതിക്രൂരമായിട്ടാണ് ബ്രിട്ടീഷ് സർക്കാർ ഉപ്പ സത്യാഗ്രഹത്തെ നേരിട്ടത്. 1928 മെയ് 25 മുതൽ 27 വരെ പയ്യന്നൂരിൽ നടന്ന നാലാം രാഷ്ട്രീയ സമ്മേളനവും 1930 ഏപ്രിൽ അവസാനം മുതൽ ആരംഭിച്ച ഉപ്പ് സത്യാഗ്രഹവും പയ്യന്നൂരിനെ എന്ന പോലെ പരിസരഗ്രാമമായ കരിവെള്ളൂരിനെയും രാഷ്ട്രീയബോധത്തിൽ നിന്നും സ്വാതന്ത്ര്യ ദാഹത്തിൽ നിന്നും അതിന്റെ സംഘടനാരൂപത്തിലേക്ക് വളർത്തിയെടുത്തു.

കരിവെള്ളൂരിൽ കോൺഗ്രസ്സ്

1931 ലാണ് എ. വി. കുഞ്ഞമ്പു പ്രസിഡന്റും എം. പി. അപ്പ മാസ്റ്റർ സെക്രട്ടറിയുമായി കരിവെള്ളൂരിൽ കോൺഗ്രസ്സ് മണ്ഡലം കമ്മിറ്റി പ്രവർത്തിച്ച തുടങ്ങിയത്. ടി. ഹരീശ്വരൻ തിരുമുമ്പ്, വി. വി. കുഞ്ഞമ്പു, പി. കുഞ്ഞിരാമൻ, കെ. ഗോവിന്ദൻ നായർ, എം. പി. നാരായണൻ നായർ, ടി. ചിണ്ടൻ നായർ, ടി. ടി. വി. കുഞ്ഞമ്പു, വി. വി. രാമൻ, വടക്കേ വീട്ടിൽ ചന്തു തുടങ്ങിയവരാണ് ആദ്യത്തെ കോൺഗ്രസ്സ് പ്രവർത്തകർ. പയ്യന്നൂർ സമ്മേളനത്തിന്റെയും ഉപ്പ് സത്യാഗ്രഹത്തിന്റെയും ആവേശത്തിൽ കരിവെള്ളൂരിലും ഖാദി പ്രചാരണം, വിദേശവസ്ത്ര ബഹിഷ്കരണം, കള്ളഷാപ്പ് പിക്കറ്റിങ്ങ് തുടങ്ങി പല സമരപരിപാടികളും കോൺഗ്രസ്സിന്റെ നേതൃത്വത്തിൽ നടന്നു. താഴക്കാട്ട് മനയിലെ സർവ്വ സുഖഭോഗങ്ങളുടെയും നടുവിൽ വളർന്ന വന്ന നാട്ടുവാഴി കുടുംബാംഗമാണ് ഹരീശ്വരൻ തിരുമുമ്പ്... കവി സുബ്രഹ്മണ്യൻ തിരുമുമ്പിന്റെയും ഉണ്ണിക്കൃഷ്ണൻ തിരുമുമ്പിന്റെയും ജ്യേഷ്ഠ സഹോദരൻ. ദേശീയ പ്രസ്ഥാനത്തിന്റെ തീച്ചളയിലേക്ക് ആരംഭഘട്ട ത്തിൽ തന്നെ എടുത്തുചാടിയ സ്വാതന്ത്ര്യപ്പോരാളിയായ. ടി ടി വി കുഞ്ഞ മ്പുവിന് കോഴിക്കോട് വെച്ച് വിദേശവസ്ത്ര ബഹിഷ്കരണ സമരത്തിൽ പങ്കെടുത്തതിന്റെ പേരിൽ കഠിനമായ ലോക്കപ്പ് മർദ്ദനം ഏൽക്കേണ്ടി വന്നിട്ടുണ്ട്. കരിവെള്ളൂരിൽ എ. വി. കുഞ്ഞമ്പുവിന്റെ നേതൃത്വത്തിലുള്ള കോൺഗ്രസ് സംഘടനാ നേതൃത്വം ദേശീയ പ്രസ്ഥാനത്തിന്റെ കനൽ പ്പാതയിലേക്കിറങ്ങിയ ഒരുകൂട്ടം യുവാക്കളായിരുന്നു.

1930 മുതൽ മലബാറിലെ ഒട്ടുമിക്ക കോൺഗ്രസ്സ് നേതാക്കളും ജയിലിലായിരുന്നു. കോഴിക്കോട്ട് കടപ്പുറത്ത് നിയമം ലംഘിച്ചതിന്റെ പേരിൽ പോലീസ് അറസ്റ്റ് ചെയ്തു ശിക്ഷിച്ച പി. കൃഷ്ണപ്പിള്ള ജയിലിൽ നിന്നിറങ്ങിയത് 1931 ഫെബ്രുവരിയിലായിരുന്നു. ഇന്ത്യൻ സ്വാതന്ത്ര്യ സമരത്തിലെ രണ്ടു ധാരകൾ തമ്മിലുള്ള വൈരുദ്ധ്യം ഏറ്റവുമധികം ശക്തിപ്പെട്ട കാലം. വൈസ്രോയ് ഇർവ്വിനുമായി ഗാന്ധിജി ഒപ്പ വെച്ച സന്ധിയനുസരിച്ച് സത്യാഗ്രഹികളായ കോൺഗ്രസ്സ് പ്രവർത്തകരെ വിട്ടയച്ചുവെങ്കിലും ലാഹോർ ഗൂഢാലോചനക്കേസിന്റെ പേരിൽ സർദാർ ഭഗത് സിംഗ്, രാജ്ഗുരു, സുഖ്ദേവ് എന്നീ വിപ്ലവകാരികളെ 1931 മാർച്ച് 23 ന് തൂക്കിക്കൊന്നതിനെതിരായി എങ്ങും അമർഷം ആളി ക്കത്തി. പയ്യന്നൂരിലും കരിവെള്ളൂരിലുമെല്ലാം പ്രതിഷേധയോഗങ്ങളും ജാഥകളും നടന്നു. ഭഗത് സിംഗിന്റെയും സഖാക്കളുടെയും ജീവൻ എന്ത് വിലകൊടുത്തും രക്ഷിക്കണമെന്ന ജനങ്ങൾക്കിടയിൽ നിന്നുയർന്ന വന്ന ആവശ്യം പരിഗണിക്കപ്പെടാതിരുന്നതിലും അവരെ തൂക്കിക്കൊ ന്നതിലുമുള്ള അമർഷം കോൺഗ്രസിലും വലിയ അസ്വാരസ്യങ്ങൾ സൃഷ്ടിച്ചു. ഉപ്പുസത്യാഗ്രഹ സമരക്കാലത്ത് കോൺഗ്രസ്സിൽ ശക്തിപ്പെട്ട ഐക്യത്തിനു പകരം അനൈക്യത്തിന്റെയും അസ്വസ്ഥതയുടെയും അന്തരീക്ഷമാണ് രൂപപ്പെട്ടത്. വധശിക്ഷ നടപ്പിൽ വരുത്തിയപ്പോൾ അത് കൈകെട്ടി നോക്കി നിന്ന കോൺഗ്രസ്സ് നേതൃത്വത്തിന്റെയും ഗാന്ധിജിയുടെയും നിലപാടിനെതിരെയാണ് ഈ അനൈക്യം രൂപ പ്പെട്ടത്. 1931 ജൂലായ് 7 ന് ബോംബേയിൽ ചേർന്ന എ ഐ സി സി യോഗം എല്ലാ ഹിന്ദുക്കൾക്കും ഹൈന്ദവക്ഷേത്രത്തിൽ പ്രവേശനം നൽകണമെന്ന് ആവശ്യപ്പെടുകയും ക്ഷേത്ര പ്രവേശനം കോൺഗ്രസ്സി ന്റെ പ്രധാന കർമ്മ പദ്ധതിയായി പ്രഖ്യാപിക്കുകയും ചെയ്തു. ആഗസ്റ്റ് 21 ന് കോഴിക്കോട്ട് ചേർന്ന കെ പി സി സി യോഗം നവംബർ ഒന്ന് മുതൽ ഗുരുവായൂർ ക്ഷേത്രനടയിൽ സത്യാഗ്രഹം തുടങ്ങുന്നതാണെന്നും അറിയിച്ചു. 1931 ഒക്റ്റോബർ മാസത്തിൽ എ. വി. കുഞ്ഞമ്പുവിന്റെ നേതൃത്വത്തിൽ ഒരു അയിത്തോച്ചാടന ജാഥ കരിവെള്ളൂരിൽ നിന്നും പയ്യന്നൂരിലേക്ക് പോയി. വെള്ളൂർ, കണ്ടോത്ത് വഴി കടന്നു പോയ ആ ജാഥ വഴിയാത്രക്കാർക്കും വീട്ടുകാർക്കുമെല്ലാം പുതുമ നിറഞ്ഞ ഒരു അനുഭവമായിരുന്നു. ജാഥ കഴിഞ്ഞു മടങ്ങിവരുമ്പോൾ വഴിയരികിലുള്ള വീട്ടുകാരിൽ എതിരഭിപ്രായമുള്ളവരെ പറഞ്ഞു ബോധ്യപ്പെടുത്താൻ എ. വി. കുഞ്ഞമ്പുവും സഹപ്രവർത്തകരും കാര്യമായി പരിശ്രമിച്ചു.

പയ്യന്നൂരിന് വടക്ക് വെള്ളൂർ വില്ലേജിൽപെട്ട കണ്ടോത്ത് കുർമ്പ ക്ഷേത്രത്തിന് മുന്നിലൂടെ പുലയർക്ക് വഴിനടക്കാനുള്ള അവകാശമുണ്ടാ യിരുന്നില്ല. 1931 ഒക്റ്റോബർ 4 ന് എ കെ ജിയും കേരളീയനും ചേർന്ന്

ഒരുക്കൂട്ടം പുലയരെയും കൂട്ടി ക്ഷേത്രത്തിനു മുന്നിലൂടെ ജാഥ നയിച്ചു. കുറുമ്പ ക്ഷേത്രം തീയ്യ സമുദായത്തിൽ പെട്ടവരുടേതാണ്. ആ വിഭാഗത്തിൽ പെട്ട ഇരുന്നൂറോളം പേർ ചേർന്ന് കുറുവടിയും ഉലക്കയുമെടുത്ത് എ കെ ജിയേയും കേരളീയനെയും ജാഥാംഗങ്ങളെയും നേരിട്ടു. കേരളീയനും എ കെ ജിയും ഭീകരമായ മർദ്ദനമേറ്റ് ബോധരഹിതനായി. അടിയേറ്റ് തല പിളർന്ന് മൃതപ്രായരായി പയ്യന്നൂർ ഗവണ്മെന്റ് ആശുപത്രിയിൽ കിടന്നിരുന്ന എ കെ ജി യുടെയും കേരളീയന്റേയും മരണമൊഴിയെടുക്കാൻ മജിസ്ട്രേട്ട് ആശുപത്രിയിൽ എത്തി. സേലം ജയിൽ വിട്ടുവന്ന സ്വാമി ആനന്ദതീർത്ഥൻ ആശുപത്രിയിലെത്തി അവരെ കണ്ടതോടെ 'അയിത്തത്തിനെതിരായ തന്റെ പ്രവർത്തന മേഖല ഇനി മുതൽ പയ്യന്നൂർ ആയിരിക്കും' എന്ന് പ്രഖ്യാപിച്ചു. പി. കൃഷ്ണപ്പിള്ള പയ്യന്നൂർ ആശുപത്രിയിലെത്തി തന്റെ പ്രിയപ്പെട്ട സഹപ്രവർത്തകരെ ശുശ്രൂഷിച്ചു. അയിത്താചരണ വിരുദ്ധ സമരത്തിന്റെ അനിവാര്യതയെക്കുറിച്ചുള്ള തീവ്രമായ ഒരു ആശയ പരിസരം രൂപപ്പെട്ടുത്താൻ കണ്ടോത്ത് നടന്ന ഈ ആക്രമണവും അതിനെതിരായി ഉയർന്ന ജനകീയ പ്രതിഷേധവും വളരെയധികം സഹായകമായി.

ഗുരുവായൂർ ക്ഷേത്ര സത്യാഗ്രഹം ആരംഭിക്കുന്നതിന് ഒരു മാസം മുമ്പാണ് ഈ സംഭവം എന്നയകൊണ്ട് ഈ അനുഭവങ്ങൾ ആ സമര ത്തെയും അതിന്റെ പ്രസക്തിയെയും കൂടി ബോധ്യപ്പെടുത്തുന്നതായി മാറി. 'പൊതു നിരത്തുകൾ ഉപയോഗിക്കാൻ എല്ലാവർക്കും അവകാശ മുണ്ട്' എന്ന ഒരു ബോർഡ് സർക്കാർ തന്നെ കണ്ടോത്ത് പ്രദർശിപ്പിച്ചു. പയ്യന്നൂർ സമ്മേളനവും ഉപ്പ സത്യാഗ്രഹവും പോലെ അയിത്തോച്ചാടന സമരവും എ കെ ജിക്കെതിരായ ആക്രമണവുമെല്ലാം കരിവെള്ളൂരിന്റെ രാഷ്ട്രീയ ബോധത്തെ മുന കൂർപ്പിക്കുവാനും നാടിനെ സാമ്രാജ്യ വിരുദ്ധ സമരത്തിന്റെ പടനിലങ്ങളിലൊന്നാക്കിമാറ്റാനും പ്രേരകമായി.

കാടകം വന സത്യാഗ്രഹവും
അഭിനവ ഭാരത യുവക് സംഘവും

കാസർകോട് താലൂക്കിന്റെ കിഴക്ക് ഭാഗത്ത് കർണ്ണാടക അതിർത്തിയോട് ചേർന്ന് കിടക്കുന്ന കാടകത്ത് 1932 ജൂൺ 23 മുതൽ ദീർഘ നാളുകൾ തുടർന്ന വന സത്യഗ്രഹ സമരത്തിന് കരിവെള്ളൂരിന്റെ രാഷ്ട്രീയബോധത്തിന്റെ വളർച്ചയുമായി എന്തെങ്കിലും ബന്ധമുണ്ടെന്ന് ഒറ്റനോട്ടത്തിൽ ആരും പറയാനിടയില്ല. പക്ഷേ, കാടകം സമരത്തെത്തുടർന്നുള്ള ചില സംഭവവികാസങ്ങൾ സത്യത്തിൽ ഏറ്റവുമധികം ചലനം സൃഷ്ടിച്ചത് കരിവെള്ളൂരിനെയും പരിസര പ്രദേ ശങ്ങളെയുമായിരുന്നു.

മുപ്പതുകളിലെ സ്വാതന്ത്ര്യ സമര രൂപങ്ങളിൽ നിന്ന് പ്രത്യക്ഷത്തിൽ തന്നെ വ്യത്യസ്തമായ പ്രകൃതമായിരുന്ന കാടകം സമരത്തിന്. ബ്രിട്ടീഷ് സർക്കാർ കൊണ്ടുവന്ന വന നിയമത്തിനെതിരായി ഇന്ത്യയുടെ നിരവധി ഭാഗങ്ങളിൽ നിയമ ലംഘന സമരങ്ങൾ തുടങ്ങിക്കഴിഞ്ഞി രുന്നു. വനത്തിൽ പ്രവേശിക്കുന്നതിനും വനവിഭവങ്ങൾ ശേഖരിക്ക ന്നതിനും സർക്കാർ ഏർപ്പെടുത്തിയ നിരോധനത്തിനു പിന്നിൽ കൃത്യമായ ചില രാഷ്ട്രീയ-സാമ്പത്തിക-സൈനിക താല്പര്യങ്ങൾ പ്രവർത്തിച്ചിരുന്നു. യൂറോപ്പിലും മറ്റ വൻകരകളിലും ആധിപത്യം ഉറപ്പിക്കുവാൻ ബ്രിട്ടനെ സഹായിച്ചത് ബ്രിട്ടീഷ് നാവികപ്പടയാണ്. പടക്കപ്പലുകൾക്കും പടക്കോപ്പുകൾക്കും അയർലണ്ടിൽ നിന്നും സുലഭമായി കൊണ്ടുവന്നിരുന്ന ഓക്ക് മരങ്ങളാണ് അവർ ഉപയോ ഗിച്ചിരുന്നത്. അത് യഥേഷ്ടം ലഭിക്കാതെ വന്നപ്പോൾ ഓക്കിനെക്കാൾ

ഈടും ഉറപ്പുമുള്ള തേക്ക് മരം കേരളത്തിന്റെ മലയോരത്ത് നിന്ന് മുറിച്ച് കടത്തിക്കൊണ്ട് പോകാൻ അവർ തീരുമാനിച്ചു. വന നിയമം കേരള ത്തിൽ കർശനമായി നടപ്പാക്കുന്നതിന പിന്നിൽ ഈ താല്പര്യങ്ങളാണ് പ്രവർത്തിച്ചത്.

1932 ജനവരിയിൽ ഗാന്ധിജിയെയും കോൺഗ്രസ്സ് നേതാക്ക ളെയും നിയമലംഘന സമരത്തിന്റെ പേരിൽ അറസ്റ്റ് ചെയ്യതോടെ കാടകത്തെ നിയമലംഘന സമരത്തിന്റെ കേന്ദ്രമാക്കി മാറ്റണമെന്ന് കാസർകോട്ടെ കോൺഗ്രസ്സിന്റെ നേതൃത്വം തീരുമാനിച്ചു. അഡ്വ: ഉമേശ് റാവു, മഞ്ജു നാഥ ഹെഗ്ഡെ, നാരന്ത്ട കൃഷ്ണൻ നായർ തുടങ്ങി യവർക്കൊപ്പം കാടകം വന സത്യഗ്രഹത്തിന് നേതൃത്വം നൽകിയത് കരിവെള്ളൂരിൽ നിന്നെത്തിയ, അന്ന് 24 വയസ്സ് മാത്രം പ്രായമുള്ള എ. വി. കുഞ്ഞമ്പു എന്ന സ്വാതന്ത്ര്യപ്പോരാളി ആയിരുന്നു. അതി ഭീകരമായ മർദ്ദനമാണ് കാടകം സമരത്തിനെതിരെ പോലീസ് അഴിച്ച വിട്ടത്. സമര വളണ്ടിയർമാരെ അറസ്റ്റ് ചെയ്ത് പത്തും പന്ത്രണ്ടും നാഴിക അകലെ വണ്ടിയിൽ കയറ്റിക്കൊണ്ടുപോയി വന നടവിൽ ഉപേക്ഷി ക്കുക, എന്നും അടിച്ചും ഇടിച്ചും അവശരാക്കുക തുടങ്ങി സമരത്തെ തകർക്കുന്നതിന് വേണ്ടി സർവ്വ അടവുകളും അവർ പ്രയോഗിച്ചു. എങ്കിലും രാത്രി മുഴുവൻ തിരിച്ച് നടന്ന് രാവിലെ വീണ്ടും സമര കേന്ദ്ര ത്തിൽ എത്തുകയായിരുന്ന ആ പോരാളികൾ. കോൺഗ്രസ്സിന്റെ പതിവു സഹന സമരങ്ങളിൽ നിന്ന് വ്യത്യസ്തമായി ഒരു പ്രതിരോധ സ്വഭാവം കാടകം സമരത്തിനുണ്ടായിരുന്നു. 1932 ആഗസ്റ്റ് മാസത്തിൽ പി. കൃഷ്ണപിള്ളയുടെ സന്ദർശനം സമരത്തെ ഒന്നുകൂടി സജീവമാക്കി. സമരത്തെ സഹായിക്കാൻ സമീപ ദേശങ്ങളിൽ നിന്നും ജാഥകൾ എത്തിത്തുടങ്ങി. നിയമം ലംഘിച്ച് മരങ്ങൾ മുറിച്ച് അത് ലേലം ചെയ്ത് വിൽക്കുകയും സമര ഫണ്ടിലേക്ക് മുതൽക്കൂട്ടുകയും ചെയ്തു. ആഗസ്റ്റ് 15 ന് ഒരു ഫോറസ്റ്റ് ഓഫീസ് പിടിച്ചെടുത്ത് അവിടെ സ്വാരാജ്യ പതാക ഉയർത്തി. 1932 ആഗസ്റ്റ് 29 ന് അറസ്റ്റ് ചെയ്ത എ. വി. കുഞ്ഞമ്പുവിനെയും എം. നാരായണൻ നായരെയും. സപ്തംബർ 4 ന് നാല്മാസത്തേക്ക് കഠിന തടവിന് ശിക്ഷിച്ചു. ജയിൽ ശിക്ഷ കഴിഞ്ഞു പുറത്തിറങ്ങിയ എ. വി. വീണ്ടും നിയമ ലംഘന സമരത്തിൽ പങ്കെടുത്തു. നടവണ്ണൂരിൽ ആർ. കൃഷ്ണൻ കുട്ടിനായരുടെ നേതൃത്വത്തിൽ നടന്ന ജാഥയിൽ പങ്കെടുക്ക മ്പോൾ അറസ്റ്റ് ചെയ്യപ്പെട്ട എ. വി. യെ 1933 എപ്രിൽ 28 ന് വീണ്ടും 9 മാസത്തേക്ക് ശിക്ഷിച്ചു. ആദ്യം കോഴിക്കോട് സബ്ബ് ജയിലിലും പിന്നീട് കണ്ണൂർ സെൻട്രൽ ജയിലിലുമായിരുന്നു തടവിൽ കഴിഞ്ഞത്.

കണ്ണൂർ സെൻട്രൽ ജയിലിലെ ഈ തടവു ജീവിതകാലം എ. വി. കുഞ്ഞമ്പുവിന്റെ ജീവിതത്തിൽ മാത്രമല്ല, കരിവെള്ളൂരിന്റെ രാഷ്ട്രീയ ജീവിതത്തിലും നിർണ്ണായകമായ മാറ്റങ്ങളുണ്ടാക്കി. ലാഹോർ ഗൂഢാലോചനാക്കേസ് പ്രതികളായ ജയദേവ് കപൂർ, കമൽനാഥ് തിവാരി എന്നിവരും ബംഗാൾ ഭീകരപ്രസ്ഥാനത്തിന്റെ നേതാക്ക ളായ ത്രൈലോക്യ നാഥ ചക്രവർത്തി, രമേശ് ചന്ദ്ര ആചാരി, രവീന്ദ്ര മോഹനൻ, സെൻ ഗുപ്ത, എന്നിവരും ഭഗത് സിംഗിന്റെ സഹപ്രവർത്ത കനും ഊട്ടി ബാങ്ക് കവർച്ചക്കേസ് പ്രതിയുമായ ബച്ചലാൽജി ഇടങ്ങി യവരെല്ലാം അന്ന് കണ്ണൂർ സെൻട്രൽ ജയിലിലെ തടവുകാരായിരുന്നു. ഗാന്ധിയൻ സമരരൂപങ്ങളുടെ നിരർത്ഥകതയെക്കുറിച്ചാണ് അവർ പ്രധാനമായും കോൺഗ്രസ്സുകാരായ തടവുകാരോട് സംസാരിച്ചി രുന്നത്. ബച്ച് ലാൽ ആണ് പ്രധാനമായും എ. വി. യുമായി രാഷ്ട്രീയ സംവാദത്തിൽ ഏർപ്പെട്ടിരുന്നത്. 33 വർഷത്തേക്ക് തടവു ശിക്ഷയ്ക്ക് വിധിക്കപ്പെട്ടിരുന്ന വിപ്ലവകാരിയാണ് അദ്ദേഹം. ഭഗത് സിംഗിനെ തൂക്കിലേറ്റിയപ്പോൾ ഗാന്ധിജി നിശ്ശബ്ദത പാലിച്ചതിനെയാണ് അദ്ദേഹം ചോദ്യം ചെയ്തത്.

ജയിലിലെ തടവുകാരായ കോൺഗ്രസ് പ്രവർത്തകരെ നിരന്തര മായ രാഷ്ട്രീയ വാദപ്രതിവാദങ്ങളിലൂടെ വിപ്ലവധാരയിലേക്ക് ആകർഷി ക്കുകയായിരുന്നു ബംഗാൾ വിപ്ലവകാരികൾ. 'ബംഗാൾ അനുശീലൻ സമിതി' എന്ന പേരിൽ ഇടതുപക്ഷക്കാരായ സ്വാതന്ത്ര്യപ്പോരാളികൾ ചേർന്ന് ജയിലിൽ ഒരു സംഘടന തന്നെയുണ്ടാക്കി. പി. കൃഷ്ണപ്പിള്ള, കെ. എ. കേരളീയൻ, കെ. പി. ഗോപാലൻ, മഞ്ജനാഥ റാവു, കെ. കെ. നായർ തുടങ്ങിയവരോടൊപ്പം എ. വി. യും അതിന്റെ സംഘാട കനായിരുന്നു. ഇന്ത്യയ്ക്ക് സ്വാതന്ത്ര്യം ലഭിക്കണമെന്നുണ്ടെങ്കിൽ ഉപ്പ് കുറുക്കലിന്റെയും സത്യാഗ്രഹത്തിന്റെയും മാർഗ്ഗം ഉപേക്ഷിച്ച് പോരാട്ടം തുടങ്ങണമെന്നായിരുന്നു ബച്ച്ലാൽ എ. വി. കുഞ്ഞമ്പുവിനോട് പറഞ്ഞു കൊണ്ടിരുന്നത്... ജയിൽ വിട്ടിറങ്ങിയാൽ എന്തു ചെയ്യണമെന്ന് മലബാറിലെ നേതാക്കളമായി ചർച്ച ചെയ്യലും ചില പദ്ധതികൾ തയ്യാറാക്കിയലും ബംഗാളി വിപ്ലവകാരികളാണ്.

ഒമ്പതു മാസത്തെ തടവ് ശിക്ഷയ്ക്ക് ശേഷം ജയിൽ വിട്ടിറങ്ങുമ്പോൾ ഉള്ളിൽ തിളച്ചു മറിയുന്ന വിപ്ലവാവേശവും പുതിയ ആശയങ്ങളുമാണ് എ. വിയെ നയിച്ചത്. സത്യാഗ്രഹവും പ്രമേയവും പ്രാർത്ഥനയു മായി തുടർന്ന നാളിത വരെയുള്ള സ്വാതന്ത്ര്യ സമരത്തിന്റെ പാത തന്നെയാണ് ഇനിയും പിന്തുടരുന്നതെങ്കിൽ ഒരു കാലത്തും ഇന്ത്യ സ്വാ തന്ത്രയാകില്ലെന്നും പോരാട്ടത്തിന്റെ വഴി മാത്രമാണ് മുന്നിലുള്ളതെന്നും

എ. വി. നിരന്തരം സഹപ്രവർത്തകരോട് പറഞ്ഞു കൊണ്ടിരുന്നു. ഇരുപതാം വയസ്സുമുതൽ സ്വാതന്ത്ര്യത്തിനു വേണ്ടി പോരാട്ടം ഇടരുന്ന എ. വി. കുഞ്ഞമ്പുവും അങ്ങനെയാണ് പറയുന്നതെങ്കിൽ അതിൽ കാര്യമുണ്ടെന്ന് കരിവെള്ളൂരിലെ സഹപ്രവർത്തകരും ഉറച്ച വിശ്വസിച്ചു. ബച്ച് ലാലിന്റെ നിർദ്ദേശമനുസരിച്ച് കരിമ്പിൽ കൃഷ്ണനെയും കൃഷ്ണൻ നമ്പീശനെയും കൂടെ കൂട്ടി ഒരു ഉത്തരേന്ത്യൻ പര്യടനത്തിനാണ് എ. വി. ഒരുങ്ങിപ്പുറപ്പെട്ടത്. കാണേണ്ട പലരുടെയും മേൽ വിലാസങ്ങളും മറ്റ വിവരങ്ങളും ബച്ച്‌ലാൽ തന്നെയാണ് എ. വി. ക്ക് നൽകിയത്. യാത്രയ്‌ക്കി ടയിൽ കൃഷ്ണൻ നമ്പീശനെ കാണാതായെങ്കിലും എ. വി. യും കരിമ്പിൽ കൃഷ്ണനും നിരാശരാകാതെ യാത്ര ഇടർന്നു. കോൺഗ്രസ്സിന്റെ പൂനാ സമ്മേളന വേദിക്ക് പുറത്ത് അസംതൃപ്തരായ നിരവധി കോൺഗ്രസ്സ് പ്രവർത്തകരെ അവർ കണ്ടുമുട്ടി. അവരുമായി ആശയങ്ങൾ പങ്ക് വെച്ചു. കല്യാൺ സ്റ്റേഷനിൽ വെച്ച് അറസ്റ്റ് ചെയ്യപ്പെട്ടെങ്കിലും ഒരു സ്കൂൾ ഹെഡ് മാസ്റ്ററുടെ സഹായത്തോടെ ജാമ്യത്തിൽ ഇറങ്ങി. പിറ്റേന്ന് വീണ്ടും അറസ്റ്റ് രേഖപ്പെടുത്തി ചന്തേര സ്റ്റേഷനിലേക്ക് തിരിച്ചയച്ചു. ചന്തേരയിൽ നിന്നും താക്കീത് ചെയ്ത വിട്ടയച്ചു.

ഇന്ത്യയുടെ ഹൃദയമിടിപ്പ് തേടിയുള്ള ഒരു യാത്രയായിരുന്നു അത്. കണ്ണൂർ ജയിലിൽ വെച്ച് ഉത്തരേന്ത്യൻ വിപ്ലവകാരികളുമായി നടന്ന രാഷ്ട്രീയ സംവാദങ്ങളും കാടകം വന സത്യഗ്രഹത്തിന്റെ പതിവ ശൈലിയിൽ നിന്നുള്ള മാറ്റവും പൂനാ സമ്മേളനത്തിന്റെ പുറത്തുള്ള അസംതൃപ്തരായ കോൺഗ്രസ്സുകാരുമായുള്ള ആശയ വിനിമയവുമെ ല്ലാം ഉള്ളിൽ തിളച്ച മറിയുമ്പോൾ എ. വി. കുഞ്ഞമ്പു എന്ന യുവ സ്വാ തന്ത്ര്യപ്പോരാളിയുടെ മനസ്സിൽ ഭാവി പ്രവർത്തനത്തെക്കുറിച്ചുള്ള ഒറ്റ ലക്ഷ്യമേ ഉണ്ടായിരുന്നുള്ളൂ. എന്ത് ത്യാഗവും സഹിക്കാൻ തയ്യാറുള്ള, സ്വാതന്ത്ര്യ ദാഹികളായ ചുറുചുറുക്കുള്ള യുവാക്കളുടെ കെട്ടുറപ്പുള്ള ഒരു സംഘടന. ഒരു ഉജ്ജ്വല യുവജന പ്രസ്ഥാനം.

1934 ഏപ്രിൽ 13 ന് കരിവെള്ളൂരിലെ വടക്കേ മണക്കാട്ട് വന്നല ക്കോട്ട് വയലിലെ കരിമ്പിൽ കുഞ്ഞിരാമന്റെ പീടിക മുറ്റത്ത് കേരള ത്തിലെ ആദ്യത്തെ ലക്ഷണമൊത്ത സംഘടിത യുവജന പ്രസ്ഥാനം 'അഭിനവ ഭാരത യുവക് സംഘം' എന്ന പേരിൽ രൂപീകരിക്കപ്പെട്ടു. ഭഗത് സിംഗിന്റെ 'നൗജവാൻ ഭാരത് സഭ' യുടെ മാതൃക തന്നെയാണ് സ്വീകരിച്ചത്. ഇറ്റലിയിലെ മസ്സീനി, ഗാരിബാൾഡി തുടങ്ങിയ വിപ്ലവ കാരികളും അവർ സ്ഥാപിച്ച തൊഴിലാളി യുവാക്കളുടെ പ്രസ്ഥാനവു മായിരുന്നു അപ്പോൾ ഭഗത് സിംഗിന്റെ പ്രചോദനം. സംഘടന രൂപീ കരിക്കുന്ന കാലത്ത് ഭഗത് സിംഗിന് 19 വയസ്സായിരുന്നു പ്രായം. 1926

ൽ 'ലാഹോർ നൗജവാൻ സഭ' എന്ന പേരിലും 1928 ൽ 'നൗജവാൻ ഭാരത് സഭ' എന്ന പേരിലുമായിരുന്ന ഭഗത് സിംഗ് സംഘടന ഉണ്ടാക്കി യത്. ഇന്ത്യയുടെ സ്വാതന്ത്ര്യം തന്നെയാണ് പരമമായ ലക്ഷ്യമെങ്കിലും വർഗ്ഗീയതയ്ക്കും അനാചാരങ്ങൾക്കുമെതിരായാണ് അവർ പ്രധാനമായും പ്രവർത്തിച്ചത്. പേരിലും ആശയങ്ങളിലും സ്വഭാവത്തിലുമെല്ലാം ഈ ഭഗത് സിംഗ് സ്വാധീനം എ. വി. കുഞ്ഞമ്പു സ്ഥാപിച്ച 'അഭിനവ ഭാരത യുവക് സംഘത്തിനുമുണ്ടായിരുന്നു. തേത്രുവൻ കൃഷ്ണൻ നായരുടെ അദ്ധ്യക്ഷതയിൽ ചേർന്ന യോഗത്തിൽ 34 പേർ പങ്കെടുത്തു. എ. വി. കുഞ്ഞമ്പു സംഘടനയുടെ ഉദ്ദേശ്യങ്ങളും ലക്ഷ്യങ്ങളും വിശദീകരിച്ച കൊണ്ട് നടത്തിയ ആമുഖ പ്രസംഗത്തിൽ തന്നെ കാര്യങ്ങൾ വ്യക തമായിരുന്നു.

'ഒരുപിടി പ്രമാണിമാരും ബാരിസ്റ്റർമാരും കോൺഗ്രസ്സിന്റെ തലപ്പ ത്തുണ്ടെങ്കിലും നിയമം ലംഘിക്കാനും പോലീസിന്റെ ക്രൂര മർദ്ദനം അനുഭവിക്കാനും ജയിൽ ശിക്ഷ അനുഭവിക്കാനുമെല്ലാം പാവപ്പെട്ട കർഷക യുവാക്കൾ മാത്രമേയുള്ളൂ. ജയിലിലെ സി ക്ലാസ്സ് തടവുകാ രായി വർണ്ണനാതീതമായ ദുരിതമനുഭവിക്കുന്നത് പോരാളികളായ ഈ യുവാക്കളാണ്. ബ്രിട്ടൻ വലിച്ചെറിയുന്ന എം എൽ എ സ്ഥാനവും മന്ത്രി സ്ഥാനവും സ്വീകരിച്ച് ചടഞ്ഞു കൂടിയിരുന്നാൽ സ്വാതന്ത്ര്യം കിട്ടുമെന്ന് ആരാണ് പഠിപ്പിച്ചത്?. സ്വാതന്ത്ര്യമെന്നാൽ രാഷ്ട്രീയാധി കാരം പിടിച്ചെട്ടുക്കലാണ്. അതിന് വിപ്ലവമല്ലാതെ, പോരാട്ടമല്ലാതെ മാർഗ്ഗമില്ല. സമരം ആളിക്കത്തുമ്പോൾ അത് വെള്ളമൊഴിച്ച കെടുത്തി ശാന്തിയെന്നും സമാധാനമെന്നും പറയുന്നതല്ല പോരാട്ടം. പോരാട്ട മെന്നത് സർദാർ ഭഗത് സിംഗിന്റെയും ചന്ദ്രശേഖർ ആസാദിന്റെയും വഴിയാണ്. 1931 മാർച്ച് 23 ന് ഭഗത് സിംഗിനെയും രാജ്ഗുരുവിനെയും സുഖ്ദേവിനെയും തൂക്കിക്കൊല്ലാനുള്ള വിധി നടപ്പിലാക്കിയപ്പോൾ അരുതെന്ന് ഒരു വാക്ക് ഗാന്ധിജി ഉരിയാടിയില്ല. ഉപ്പ് കുറുക്കലും ചർക്ക നൂൽക്കലും ഭജന പാടലും മാത്രമല്ല സ്വാതന്ത്ര്യത്തിലേക്കുള്ള വഴി. ബ്രിട്ടീഷ് സാമ്രാജ്യത്വത്തെ കെട്ട കെട്ടിക്കുന്നതു വരെയുള്ള ദീർഘമായ ഒരു പോരാട്ടമാണത്. അതിനുവേണ്ടി സ്വന്തം ജീവിതവും ജീവനും സമർപ്പിക്കാൻ തയ്യാറുള്ള യുവാക്കളെ കാലം ആവശ്യപ്പെട്ട കയാണ്. ഈ പോരാട്ടത്തിനായി നാം സ്വയം സമർപ്പിക്കണം. ജന്മി നാട്ടുവാഴിത്തം സൃഷ്ടിച്ച അനാചാരങ്ങളും അന്ധവിശ്വാസങ്ങളും തൂത്തെറിയണം. തമ്പുരാക്കന്മാരുടെയും കാര്യസ്ഥന്മാരുടെയും ഹുങ്കും വിളയാട്ടങ്ങളും ഒരിഞ്ചിന വിട്ടുകൊടുക്കാതെ എന്നെന്നേക്കുമായി അവസാനിപ്പിക്കണം. 'വ്യക്തമായ ലക്ഷ്യം, ശക്തമായ സംഘടന,

നിരന്തരമായ പ്രചാര വേല' ഇതായിരിക്കണം അഭിനവ ഭാരത യുവക് സംഘത്തിന്റെ ഭാവി പ്രവർത്തനത്തിനുള്ള രൂപരേഖ'

ആമുഖ പ്രസംഗത്തിൽ എ. വി. കുഞ്ഞമ്പു പറഞ്ഞ വാക്കുകൾ ആവേ ശപൂർവ്വം കേട്ടിരിക്കയായിരുന്ന യോഗത്തിൽ പങ്കെടുത്ത യുവാക്കൾ. ചരിത്രം സൃഷ്ടിക്കാനിരിക്കുന്ന ഒരു പ്രസ്ഥാനത്തിന്റെ പിറവിയിൽ പങ്കാളികളാവുകയാണെന്ന അഭിമാനമാണ് അവരെ നയിച്ചത്.

കേരളത്തിൽ എല്ലായിടത്തും സ്വാതന്ത്ര്യ പ്രസ്ഥാനം ശക്തിപ്പെട്ടതി ന്റെ ഒരു സ്വാഭാവിക ക്രമത്തിൽ അല്ല കരിവെള്ളൂരിൽ അത് വളർന്ന വന്നത്. കോൺഗ്രസ്സ്, കോൺഗ്രസ്സ് സോഷ്യലിസ്റ്റ് പാർട്ടി, കമ്മ്യൂണിസ്റ്റ് പാർട്ടി എന്നിങ്ങനെയാണ് കേരളത്തിലാകെ ദേശീയ പ്രസ്ഥാനത്തിൽ നിന്നും കമ്മ്യൂണിസ്റ്റ് പാർട്ടിയിലേക്കുള്ള വളർച്ചയുടെ ഘട്ടങ്ങൾ. പക്ഷേ, ഇവിടെ മറ്റൊരു ഘട്ടം കൂടിയുണ്ട്. അത് കൊണ്ട് 'അഭിനവ ഭാരത യുവക് സംഘം' എന്ന കേരളത്തിലെ ഏക ഭഗത് സിംഗ് പ്രസ്ഥാന ത്തിന്റെ രാഷ്ട്രീയം പിൽക്കാലത്തെ എല്ലാ മുന്നേറ്റങ്ങളെയും ഗണ്യമായി സ്വാധീനിച്ചിട്ടുണ്ട് എന്നതാണ് സത്യം. പിന്നീട് വളർന്ന വന്ന കർഷക പ്രസ്ഥാനത്തിന്റെയും കമ്മ്യൂണിസ്റ്റ് പാർട്ടിയുടെയും ഏറ്റവും ശക്തമായ ജനകീയാടിത്തറ 'അഭിനവ ഭാരത യുവക് സംഘ'മായിരുന്നു.

1934 ഏപ്രിൽ 13 ന് നടന്ന അഭിനവ് ഭാരത യുവക് സംഘം രൂപീകരണ സമ്മേളനത്തിൽ പങ്കെടുത്ത ഒരാൾ പോലും ഇന്ന് ജീവി ച്ചിരിപ്പില്ല. പക്ഷേ കേവലം 5 വർഷം മാത്രം ആയുസ്സുണ്ടായിരുന്ന ആ സംഘടന സൃഷ്ടിച്ച ചലനങ്ങൾ അത്ര ചെറുതല്ല. ഉത്തരകേരള ത്തിലെ കർഷക സമരങ്ങളുടെ അതി ശക്തമായ ആന്തരിക ചൈത ന്യമായിത്തീരാൻ യുവക് സംഘത്തിന് കഴിഞ്ഞു. രൂപം കൊണ്ടത് കരിവെള്ളൂരിലാണെങ്കിലും ചിറക്കൽ, ഹോസ്ദുർഗ്ഗ് താലൂക്കുകളിൽ പരക്കെ പടർന്ന കയറി ഒരു മഹായുവജന പ്രസ്ഥാനമായി വളരാൻ സംഘത്തിന് സാധിച്ചു.

ആദ്യ യോഗത്തിൽ പങ്കെടുത്തവർ

1. എ. വി. . കുഞ്ഞമ്പു (പ്രസിഡന്റ്)

2. ഒ. വി. കുഞ്ഞമ്പു നായർ (സെക്രട്ടറി)

3. കരിമ്പിൽ കുഞ്ഞിരാമൻ

4. ആമ്പിലേരി ചാത്തു

5. കരിമ്പിൽ കണ്ണൻ

6. തോട്ടോൻ ചിണ്ടൻ

7. തേത്രവൻ ശങ്കരൻ നായർ

8. ആറ്റാച്ചേരി കണ്ണൻ

9. കരിമ്പിൽ കമ്മാരൻ

10. പാക്കത്തില്ലത്ത് വാസുദേവൻ നമ്പൂതിരി

11 ചീർങ്ങോട്ടില്ലത്ത് കേശവൻ നമ്പൂതിരി

12. മാമുനി രാമൻ

13. വടക്കൻ രാമൻ

14. തോട്ടോൻ വളപ്പിൽ കുഞ്ഞിരാമൻ

15. തേത്രവൻ കൃഷ്ണൻ നായർ

16. കെ. വി. കുഞ്ഞിക്കണ്ണൻ

17. എം. വി. കുഞ്ഞിരാമൻ

18. തെക്കടവൻ കേള

19. എം. എ. പി. നാരായണൻ

20. കരിമ്പിൽ കൃഷ്ണൻ

21. വണ്ണത്താൻ കോരൻ

22. കോയ്യൻ കുഞ്ഞിക്കണ്ണൻ, കൊടക്കാട്

23. എലിച്ചി കണ്ണൻ, കൊടക്കാട്

24. ടി. വി. ശങ്കരൻ മാസ്റ്റർ, കൊടക്കാട്

25. പുളീര് വീട്ടിൽ കൃഷ്ണൻ, കൊടക്കാട്

26. പി. കുഞ്ഞിരാമൻ

27. എൻ. ചത്തു മാസ്റ്റർ

28. പടിഞ്ഞാറത്ത് ശങ്കരൻ

29. എം. വി. നാരായണൻ

30. നാവ്യതീയൻ കൃഷ്ണൻ

31. പടിഞ്ഞാറത്ത് കുഞ്ഞമ്പു (പലിയേരി)

32. കൂലേരിക്കാരൻ കുഞ്ഞമ്പു

33. പുതിയടവൻ ഗോവിന്ദൻ നായർ

34. സി. വി. കുഞ്ഞിരാമൻ

എ). വി. കുഞ്ഞമ്പു, പി. കുഞ്ഞിരാമൻ, തേത്രവൻ കൃഷ്ണൻ നായർ, ഒ.
വി. കുഞ്ഞമ്പു നായർ, കരിമ്പിൽ കുഞ്ഞിരാമൻ, സി. വി. കുഞ്ഞിരാമൻ

എന്നിവരെ ഭരണഘടനാ സമിതി അംഗങ്ങളായി തെരഞ്ഞെടുത്തു. കൊടക്കാട്, ചീമേനി, മൊഴക്കോം, ആലക്കാട്, ആലപ്പടമ്പ്, കോറോം, പെരളം, പിലിക്കോട് തുടങ്ങി പരിസര പ്രദേശങ്ങളിലെല്ലാം ശാഖകൾ രൂപീകരിക്കണമെന്ന് ആദ്യ യോഗത്തിൽ തന്നെ തീരുമാനിച്ചു.

യുവാക്കളിൽ സഹജമായ ആദർശബോധവും സ്വാതന്ത്ര്യബോധവും ഊതിയുണർത്തി അവരെ സമൂഹത്തിന് സമർപ്പിക്കുക എന്ന പ്രവർ ത്തന രീതിയാണ് 'അഭിനവ ഭാരത യുവക് സംഘം അവലംബിച്ചത്. സന്നദ്ധ പ്രവർത്തനങ്ങളിലൂടെയും സാഹസിക പ്രതികരണങ്ങളിലൂടെ യും ജനങ്ങളെ ആകർഷിക്കുകയും യുവാക്കളെ അണി നിരത്തി ഒരേ സമയം ബ്രിട്ടീഷ് സാമ്രാജ്യത്വത്തിനും കൃഷിക്കാരെ പിഴിഞ്ഞൂറ്റുന്ന ജന്മി നാട്ടുവാഴിത്തത്തിനുമെതിരെ ഐക്യനിര കെട്ടിപ്പടുക്കുകയും ചെയ്യുക എന്ന ദ്വിമുഖ സമര മാർഗ്ഗം. ഗ്രാമശുചീകരണം, ഗ്രാമോദ്ധാരണം, വിദ്യാഭ്യാസ പ്രവർത്തനം, തുടങ്ങിയവയെല്ലാം യുവക് സംഘത്തിന്റെ കർമ്മ പദ്ധതികളായിരുന്നു. പുര കെട്ടി മേയുക, കുളവും കിണറും വൃത്തിയാക്കുക, ഇടവഴികൾ വൃത്തിയാക്കുക, രോഗികളെ ചികിത്സയ്ക്ക് എത്തിക്കുക തുടങ്ങി എല്ലായിടത്തും ജനങ്ങളെ സഹായിക്കാൻ യുവക് സംഘം പ്രവർത്തകരുടെ കൈകൾ എത്തി. പിന്നീട് കരിവെള്ളൂർ സമരത്തിലൂടെ പ്രസിദ്ധമായ കുണിയനിലേക്കുള്ള റോഡ് വെട്ടിയു ണ്ടാക്കിയതും പറ്റ്യാക്കീൽ തോടിന് ഇരുഭാഗത്തും കല്ല് കെട്ടി മരപ്പാലം പണിതതുമെല്ലാം യുവക് സംഘം പ്രവർത്തകരാണ്. ഒരു നവോത്ഥാന പ്രസ്ഥാനത്തിന്റെ പ്രകടമായ ലക്ഷണങ്ങളും യുവക് സംഘം പ്രദർശി പ്പിച്ചിരുന്നു. ജാതീയമായ വിവേചനങ്ങളെയും ജന്മിമാരുടെ കാര്യസ്ഥ ന്മാർ തുടർന്നു കൊണ്ടിരുന്ന അതിക്രമങ്ങളെയും നേരിട്ടെതിർക്ക വാൻ യുവക് സംഘം പ്രവർത്തകർ തയ്യാറായി. യുവക് സംഘത്തിൽ അംഗമാകുക എന്നതു തന്നെ വളരെയധികം അഭിമാനകരമായി ചെറുപ്പക്കാർ കരുതി. പ്രശ്നങ്ങളോട്ടുള്ള തീവ്രമായ പ്രതികരണങ്ങളും ജനതയെ പിടിച്ചുകുലുക്കുന്ന ഭാഷയും പ്രവർത്തകരുടെ ആദർശനിഷ്ഠ യും നിർഭയത്വവും യുവക് സംഘത്തിനും അതിന്റെ നേതാക്കൾക്കും ചുറ്റുമായി സവിശേഷമായ ഒരു ആകർഷണ വലയം സൃഷ്ടിച്ചിരുന്നു. വാർഷിക സമ്മേളനങ്ങൾ അതി വിപുലമായി സംഘടിപ്പിക്കണമെന്ന് യുവക് സംഘം സ്ഥാപക നേതാവായ എ. വി. എപ്പോഴും നിർബ്ബന്ധം പിടിച്ചിരുന്നു. ഓരോ സമ്മേളനത്തിന്റെയും പ്രവർത്തനവും പങ്കാളിത്ത വും സംഘത്തിലേക്ക് കൂട്ടത്തോടെ പുതിയ പ്രവർത്തകരെ സംഭാവന ചെയ്യുമെന്നായിരുന്ന അദ്ദേഹത്തിന്റെ കണക്കു കൂട്ടൽ. അത് വാസ്തവ മായിരുന്നു. പ്രഗത്ഭമതികളുടെ പ്രസംഗങ്ങളും ആശയ സംവാദങ്ങളും

യുവാക്കളെ രാഷ്ട്രീയ ബോധമുള്ളവരാക്കിത്തീർത്തു. അവർ കർമ്മനിര തരായി രംഗത്തിറങ്ങി.

1934 ഏപ്രിൽ 13 നാണ് അഭിനവ ഭാരത യുവക് സംഘം പ്രവർത്തന മാരംഭിച്ചതെങ്കിലും ഒന്നാം വാർഷിക സമ്മേളനം നടന്നത് 1936 ലാണ്. സംഘടന പിറന്നു വീണ വടക്കേ മണക്കാട്ടെ വന്നലക്കോട്ട് വയലിൽ തന്നെയാണ് ഒന്നാം വാർഷികം നടന്നത്. ആത്മീയാചാര്യൻ, ആത്മവി ദ്യാസംഘം സ്ഥാപകൻ എന്നീ നിലകളിൽ മാത്രമല്ല, ശ്രീ നാരായണ ഗുരുവിന്റെ ഉത്തമ ശിഷ്യനായിരിക്കേ തന്നെ വിഗ്രഹാരാധനയെയും വിഗ്രഹ പ്രതിഷ്ഠയെയും പരസ്യമായി എതിർത്ത് ഉൽപ്രതിഷ്ഠത്വത്തിന്റെ പ്രതീകമായി മാറിയ സ്വാമി വാഗ്ഭടാനന്ദ ഗുരുവായിരുന്ന ഒന്നാം വാർഷിക സമ്മേളനത്തിന്റെ അദ്ധ്യക്ഷൻ. വി. ആർ. നായനാർ, എം. ടി. കുമാരൻ, കൃഷ്ണപ്രകാശം, മഹാകവി കുട്ടമത്ത് എന്നിവരാണ് മറ്റ പ്രസം ഗകർ. നവോത്ഥാന മൂല്യങ്ങൾക്ക വേണ്ടി പോരാടുന്ന സാംസ്ക്കാരിക രംഗത്തെ പ്രഗത്ഭമതികളായിരുന്ന ഈ അതിഥികളെല്ലാം.

വാഗ്ഭടാനന്ദ ഗുരുവിന്റെ കരിവെള്ളൂരിലേക്കുള്ള വരവ് തന്നെ വലിയ കോളിളക്കമുണ്ടാക്കി. തൃക്കരിപ്പൂരിൽ നിന്നും മണക്കാട്ട് വന്നല ക്കോട്ട് വയലിലെ സമ്മേളന സ്ഥലത്തേക്ക് അദ്ദേഹത്തെ ആഘോ ഷപൂർവ്വം ഒരു മഞ്ചലിൽ കൊണ്ട് വരാനാണ് തീരുമാനിച്ചിരുന്നത്. കീഴ് ജാതിക്കാരനായതു കൊണ്ട് ഗുരുവിനെ ചുമക്കാൻ തയ്യാറില്ലെന്ന് മഞ്ചൽ ചുമട്ടുകാർ അറിയിച്ചു. തമ്പുരാക്കന്മാരെയും സവർണ്ണ പ്രമാണി കളെയും മാത്രം അന്നുവരെ ചുമന്നിരുന്ന മഞ്ചൽക്കാർക്ക് അത് പൊറു പ്പിക്കാനാവാത്തതായി തോന്നി. 'നിങ്ങൾ പതിവായി ചുമക്കുന്ന തിന്നു കൊഴുത്ത തമ്പുരാക്കന്മാർക്ക പകരം മഹാമനീഷിയായ ഒരു ഗുരുവിനെ ചുമക്കാനുള്ള ഭാഗ്യമാണ് കൈവന്നിരിക്കുന്നതെന്ന്' എ. വി. അവരോട് പറഞ്ഞു നോക്കി. അതിനൊന്നും വഴങ്ങാതെ വന്നപ്പോൾ മറ്റൊരു മഞ്ചൽ തേടിപ്പിടിച്ച കൊണ്ട വന്നു. അപ്പോഴും അവർ തടസ്സപ്പെടുത്തി. പരമ്പരാഗത മഞ്ചൽക്കാരെ മാത്രമേ ചുമക്കാൻ അനുവദിക്കുകയുള്ള എന്നായിരുന്നു അവരുടെ വാദം. 'വാഗ്ഭടാനന്ദനെ ഞങ്ങൾ തൃക്കരി പ്പൂരിൽ നിന്ന് മഞ്ചലിൽ കരിവെള്ളൂരിലേക്ക് കൊണ്ടുപോകും. തടയു ന്നതാരാണെന്ന് കാണട്ടെ. ആരെങ്കിലും തടഞ്ഞാൽ പിന്നെ ദൈവം തമ്പുരാനായാലും മഞ്ചലിൽ കിഴക്കോട്ട് പോവില്ല' എന്നായിരുന്ന എ. വി. യുടെ വെല്ലുവിളി. പരമ്പരാഗത മഞ്ചൽ ചുമട്ടുകാർ തന്നെ താനേ അയഞ്ഞു. അവർ ഗുരുവിനെ മഞ്ചലിൽ ജനങ്ങളുടെ ആർപ്പുവിളിക്കൊ പ്പം ചുമന്ന് കരിവെള്ളൂരിൽ എത്തിച്ചു. മനുഷ്യൻ മറ്റൊരു മനുഷ്യനെ ചുമക്കുന്നതിലെ നീതിബോധത്തിന്റെ പ്രശ്നം ഇതുപോലൊരു

കാലത്ത് നമ്മെ അലട്ടിയേക്കാം. പക്ഷേ കീഴ്ജാതിക്കാരനായ ഒരാളെ ചിറക്കൽ തമ്പുരാനെപ്പോലെ മഞ്ചലിൽ ചുമന്നു കൊണ്ട് പോയതിലെ ഉത്പതിഷ്ണത്വം ആണ് അന്ന് പ്രസക്തമായത്. യുവക് സംഘത്തിന്റെ ഒന്നാം വാർഷിക സമ്മേളനം തന്നെ ഒരു നവോത്ഥാന സമര വേദിയാ യിത്തീർന്ന എന്നതാണ് സത്യം. വി. ആർ. നായനാർ ആനപ്പറത്തേറി യാണ് സമ്മേളനത്തിൽ പ്രസംഗിക്കാനെത്തിയത്. ജാതിചിന്തയ്ക്കും അനാചാരങ്ങൾക്കും എതിരായ വാക്കുകളുടെയും ആശയങ്ങളുടെയും കുത്തൊഴുക്കായിരുന്ന വാഗ്ഭടാനന്ദന്റെ പ്രസംഗം. ഒരു സന്ദർശനം കൊണ്ട് എത്രയോ കാലം നീണ്ട നിന്ന ആശയ വിസ്ഫോടനമാണ് കരിവെള്ളൂരിൽ വാഗ്ഭടാനന്ദ ഇരു സൃഷ്ടിച്ചത്.

രണ്ടാം വാർഷിക സമ്മേളനം കുറേക്കൂടി വിപുലമായ ജനപങ്കാളി ത്തത്തോടെ 1937 ൽ മണക്കാട്ട് വന്നലക്കോട്ട് വയലിൽ തന്നെയാണ് നടന്നത്. കെ. കേളപ്പന്റെ അദ്ധ്യക്ഷതയിൽ കാലടി ആശ്രമത്തിലെ സ്വാമി ആഗമാനന്ദനായിരുന്ന മുഖ്യ പ്രസംഗകൻ. മൂന്നാം വാർഷിക സമ്മേളനം കരിവെള്ളൂർ അയത്രു വയലിൽ നടക്കമ്പോഴേക്കും പരിസര ഗ്രാമങ്ങളിലെല്ലാം യുവക് സംഘത്തിന്റെ ഘടകങ്ങൾ രൂപീകരിച്ച് പ്ര വർത്തനം ശക്തിപ്പെട്ടിരുന്നു. സമ്മേളനത്തിന്റെ മുന്നൊരുക്കങ്ങളിലും അതിന്റെ പ്രതിഫലനമുണ്ടായിരുന്നു. കമ്യൂണിസ്റ്റ് നേതാവ് എസ്. എസ്. ബാട്ലി വാല യാണ് സമ്മേളനത്തിന്റെ അദ്ധ്യക്ഷനാവേണ്ടിയിരുന്നത്. എസ്. എസ്. ബാട്ലി വാലയെ യാത്രാമധ്യേ പോലീസ് അറസ്റ്റ് ചെയ്തു... ബാട്ലിവാലയുടെ പ്രസംഗം തർജ്ജമ ചെയ്യാൻ എത്തിയ കെ. കെ. വാര്യർ സമ്മേളനത്തിന്റെ അദ്ധ്യക്ഷനായി. കെ. പി. കുഞ്ഞിക്കണ്ണൻ നായർ (കോറോം) സ്വാഗത പ്രസംഗം നടത്തി. ഇ. എം. എസ്, കെ. പി, ആർ. ഗോപാലൻ, കെ. ദാമോദരൻ എന്നിവരാണ് മറ്റ പ്രസംഗകർ. കവി ടി. സുബ്രഹ്മണ്യൻ തിരുമുമ്പിന്റെ പ്രശസ്തമായിത്തീർന്ന 'എന്റെ യുവത്വം' എന്ന കവിത പിറന്നത് ഈ സമ്മേളനത്തോടനുബന്ധി ച്ചാണ്. അക്കാലത്ത് 31 വയസ്സായിരുന്ന ടി എസ് തിരുമുമ്പിന് യുവക് സംഘത്തിൽ അംഗത്വം അനുവദിച്ചിരുന്നില്ല. 25 വയസ്സായിരുന്ന അംഗത്വത്തിനുള്ള പ്രായ പരിധി. അംഗമോ പ്രതിനിധിയോ ഒന്നുമ ല്ലെങ്കിലും സമ്മേളനത്തിൽ ഒരു കവിത അവതരിപ്പിക്കാൻ താല്പര്യമു ണ്ടെന്ന് തിരുമുമ്പ് എ. വി. കുഞ്ഞമ്പുവിനോട്ടും സഹപ്രവർത്തകരോട്ടും പറഞ്ഞിരുന്നു. സമ്മേളനം തുടങ്ങുന്നതിനു മുമ്പായി ഉയർത്തിക്കെട്ടിയ റോസ്ത്തിൽ കയറി നിന്ന് തലേ രാത്രിയിൽ അദ്ദേഹം എഴുതിയ 'എന്റെ യുവത്വം' എന്ന കവിത തിരുമുമ്പ് അവതരിപ്പിച്ചു.

'തല നരയ്ക്കവതല്ലെന്റെ വൃദ്ധത്വം
തല നരയ്ക്കാത്തതല്ലെൻ യുവത്വവും
പിറവി തൊട്ട നാളെത്രയെന്നെണ്ണമാ
പതിവു കൊണ്ടല്ലപ്പതെൻ യൗവ്വനം
കൊടിയ ദുഷ്ടഭരത്വത്തിൻ തിരുമുമ്പിൽ
തല കുനിക്കാത്ത ശീലമെൻ യൗവ്വനം
ധനിക ധിക്കൃതി തൻ കണ്ണുരുട്ടലിൽ
പനി പിടിക്കാത്ത ശീലമെൻ യൗവ്വനം'

യൗവ്വനത്തെ തന്നെ പുനർ നിർവ്വചിച്ച ഉജ്ജ്വലമായ ഈ കവിത പിറന്നത് യുവക് സംഘം സമ്മേളനത്തിന്റെ പ്രതിഫലനം എന്ന നിലയ്ക്കാണ്. സംഘടനയുടെ കമ്മിറ്റി അടിയന്തര യോഗം ചേർന്ന് തിരുമുമ്പിന് അംഗത്വം നൽകാൻ തീരുമാനിച്ചു. യുവക് സംഘത്തിന്റെ പ്രവർത്തക കമ്മിറ്റിയിൽ വിദ്യാഭ്യാസരംഗത്തിന്റെ ചുമതല കവി ടി. എസ്. തിരുമുമ്പിനായിരുന്നു.

മൂന്നാം വാർഷികത്തോടനുബന്ധിച്ച് കെ. ദാമോദരൻ രചിച്ച 'പാട്ട ബാക്കി' നാടകത്തിന്റെ അവതരണം നടന്നുവെന്നതാണ് അവിസ്മരണീ യമായ മറ്റൊരനുഭവം. സംഗീത നാടകങ്ങളല്ലാതെ, മറ്റ നാടകങ്ങൾ വിരളമായിരുന്ന കാലത്ത്, ഒരു രാഷ്ട്രീയ നാടകം, അയ്യം നേതാക്കളും നാട്ടുകാരുമായ അഭിനേതാക്കൾ അരങ്ങിലെത്തി അവതരിപ്പിക്കുക എന്നത് ജനങ്ങൾക്കിടയിൽ വലിയ കൗതുകമുണർത്തി. കെ. പി. ആർ. ഗോപാലൻ, എ. വി. കുഞ്ഞമ്പു, കെ. കൃഷ്ണൻ മാസ്റ്റർ, പി. കുഞ്ഞിരാമൻ, കോളിയാടൻ നാരായണൻ മാസ്റ്റർ, എൻ. ചത്ത മാസ്റ്റർ, പെരച്ചെട്ടി, പി. ശേഖരൻ, വി. വി. കുഞ്ഞമ്പു (ബാലൻ) എന്നിവരൊക്കെ അഭിനയിച്ചു. കടിഞ്ഞിയിൽ നാരായണൻ മാസ്റ്ററാണ് പാട്ടബാക്കിയുടെ രംഗപടവും മെയ്ക്കപ്പും നിർവ്വഹിച്ചത്. രാഷ്ട്രീയ ഉള്ളടക്കമുള്ള നാടക പ്രവർത്തന ത്തിന് കരിവെള്ളൂരിൽ തുടക്കമിട്ടന്നതും 'പാട്ടബാക്കി' നാടകത്തോ ടെയാണ്. മൂന്നാം വാർഷിക സമ്മേളനത്തോടെ നാടെങ്ങും യുവക് സംഘത്തിന്റെ ശാഖകൾ സജീവമായി പ്രവർത്തിച്ച തുടങ്ങി. ഓരോ നാട്ടിലും സംഘം യൂണിറ്റുകൾ സ്ഥാപിക്കാനും അംഗങ്ങളെ ചേർക്കാനും യുവാക്കൾ സ്വയം മുന്നിട്ടിറങ്ങി.

പരിശീലനം സിദ്ധിച്ച ഒരു വളണ്ടിയർ സേന അഭിനവ ഭാരത യുവക് സംഘത്തിന് ഉണ്ടായിരുന്നു. പലയിടത്തും ചെറിയ വളണ്ടിയർ സെല്ലുകൾ ഓരോ ലീഡർമാരുടെ നേതൃത്വത്തിൽ പ്രവർത്തിച്ച തുടങ്ങി. 1937 ൽ യുവക് സംഘം മണക്കാട്ട് സ്ഥാപിച്ച ദേശീയ വിദ്യാലയം എ. വി. കുഞ്ഞമ്പു പ്രധാന അധ്യാപകനും വി. വി. നാരായണൻ

സഹാധ്യാപകനുമായിട്ടാണ് പ്രവർത്തിച്ചു തുടങ്ങിയത്. വി.വി. കുഞ്ഞമ്പു, കെ. കൃഷ്ണൻ മാസ്റ്റർ എന്നിവരും അവിടെ പഠിപ്പിച്ചു. ദേശീയ വിദ്യാലയ ങ്ങൾ സ്ഥാപിക്കുക എന്നത് ഇന്ത്യയിലെങ്ങും കോൺഗ്രസ്സിന്റെ ഒരു പ്ര വർത്തന പരിപാടിയായിരുന്നു. ആ പേര് തന്നെയാണ് സ്വീകരിച്ചതെ ങ്കിലും ഉള്ളടക്കത്തിൽ തീർത്തും വ്യത്യസ്തമായിരുന്ന ഈ വിദ്യാലയം. സ്കൂളിൽ പോകാതിരുന്ന കുട്ടികളെ തേടിപ്പിടിച്ചു കൊണ്ടു വന്നാണ് ഇതിനു തുടക്കമിട്ടതെങ്കിലും കണക്കും അക്ഷരങ്ങളും ഭാഷയും ഹിന്ദിയും എല്ലാം പഠിപ്പിക്കുന്ന ഒരു സ്കൂൾ ആയിരുന്നു അത്. മറ്റ വിഷയങ്ങൾ എന്നത് പോലെ ചരിത്രവും രാഷ്ട്രീയവുമെല്ലാം ദേശീയ വിദ്യാലയത്തിൽ പഠന വിഷയങ്ങളായിരുന്നു. ദേശീയ വിദ്യാലയത്തിൽ പഠിച്ച കുട്ടികളെ പിന്നീട് മാന്യഗ്രര സ്കൂളിൽ ചേർത്താണ് തുടർന്ന് പഠിപ്പിച്ചത്.

യുവക് സംഘത്തിന്റെ പ്രഖ്യാപിത പരിപാടികൾ ഇങ്ങനെ മുന്നോട്ട നീങ്ങിക്കൊണ്ടിരിക്കുന്നതിനിടയിലും സമാന്തരമായി ചില രഹസ്യ പ്രവർത്തനങ്ങൾ നടക്കുന്നുണ്ടായിരുന്നു. ഭഗത് സിംഗിന്റെ 'നൗ ജവാൻ സഭ', 'ഹിന്ദുസ്ഥാൻ റിപ്പബ്ലിക്കൻ ആർമി' തുടങ്ങിയവയുടെ മാതൃകയിലുള്ള ചില സാഹസിക വിപ്ലവ പ്രവർത്തനങ്ങളായിരുന്ന അത്. മലബാർ കളക്ടറുടെ പയ്യന്നൂർ സന്ദർശനത്തെക്കുറിച്ചുള്ള ഒരു അറിയിപ്പ് കിട്ടിയതോടെയാണ് പദ്ധതി തയ്യാറാക്കുന്നത്. വടക്ക നിന്നും ഏതാനും സഹായികൾക്കൊപ്പം കരിവെള്ളൂർ വഴിയാണ് പയ്യന്നൂർ ടി ബി യിലേക്കുള്ള കളക്ടറുടെ യാത്ര. എ. വി. കുഞ്ഞമ്പു, സി. വി. കുഞ്ഞിരാമൻ എന്നിവർ ചേർന്ന് പാലക്കുന്നിലെ ഒരു കുറ്റിക്കാട്ടിൽ തോക്കുമായി ഒളിച്ചിരുന്നു. ഉന്നം തെറ്റാതെ വെടിവെക്കാൻ രണ്ടു പേരും നേരത്തെ തന്നെ പരിശീലിച്ചിരുന്നു. സൈക്കിളിൽ വരുന്ന സംഘം ഒറ്റ വെടിയിൽ ചിതറിപ്പോക്കുമെന്നും അപ്പോൾ കളക്ടറെ ലക്ഷ്യമിട്ട് ഇരു ഇരെ വെടിവെച്ച് വധിക്കാമെന്നും തന്നെയായിരുന്നു പദ്ധതി. ബ്രിട്ടീഷ് സർക്കാരിന്റെ കാണപ്പെടുന്ന പ്രതിനിധിയാണ് കളക്ടർ. ജനങ്ങളെ പൊറുതി മുട്ടിക്കുന്ന കരിനിയമങ്ങൾ തുടർച്ചയായി സൃഷ്ടിക്ക യും അതിനെതിരായ പ്രതിഷേധങ്ങളെ നിഷ്ക്കരുണം അടിച്ചമർത്ത കയും ചെയ്യുന്ന ബ്രിട്ടീഷ് സാമ്രാജ്യത്വത്തിനെതിരായ ഒരു ഗ്രാമത്തിന്റെ ചെറുത്തുനിൽപ്പ് എന്ന നിലയ്ക്കാണ് ഈ പദ്ധതി ആസൂത്രണം ചെയ്തത്. 'സൂര്യനസ്തമിക്കാത്ത ബ്രിട്ടീഷ് സാമ്രാജ്യത്വത്തിന്റെ ബധിര കർണ്ണങ്ങ ളിൽ നടക്കുമുണർത്തുന്ന ഒരു സ്ഫോടനം' എന്ന ഭഗത് സിംഗിന്റെയും കൂട്ടുകാരുടെയും സ്വപ്നം പോലെ ഒരു ആക്ഷൻ. ഏറെ നേരം എ. വി. യും സി വിയും തോക്കുമായി കാത്തിരുന്നെങ്കിലും അവർക്ക് നിരാ ശരാകേണ്ടി വന്നു. കളക്ടറും സംഘവും കാലിക്കടവിൽ നിന്നും വഴി മാറിപ്പോയി. പദ്ധതി നടപ്പിലായിരുന്നുവെങ്കിൽ ചരിത്രം മറ്റൊന്നായി

മാറിയേനെ. ഇത്തരം സാഹസിക വിപ്ലവ പ്രവർത്തനങ്ങൾക്ക് വിരാമം കുറിക്കണമെന്ന് നിർബന്ധിക്കുവാൻ പി. കൃഷ്ണപിള്ളയെ പ്രധാനമായും പ്രേരിപ്പിച്ചത് ഈ സംഭവമായിരുന്നു.

യുവാക്കളുടെ ആദർശ ബോധം, സേവന മന:സ്ഥിതി, സാഹസികത, കലാ-കായിക താൽപ്പര്യം തുടങ്ങി എല്ലാ ഘടകങ്ങളെയും അഭിസം ബോധന ചെയ്യുന്ന ബഹുതല പ്രവർത്തന രീതിയായിരുന്ന അഭിനവ ഭാരത യുവക് സംഘത്തിന്. 'യുവാക്കളുടെ താൽപ്പര്യം എപ്പോഴും നാം അറിഞ്ഞിരിക്കണം. അതിനെ തൃപ്തിപ്പെടുത്തുന്ന പ്രവർത്തന പദ്ധ തികൾ നമുക്കുണ്ടാകണം.' സഹപ്രവർത്തകരോട് എപ്പോഴും എ. വി. പറഞ്ഞു കൊണ്ടിരുന്നു. അത്തരമൊരു ചിന്തയിൽ നിന്നാണ് 'ഭഗത് മെമ്മോറിയൽ ഫുടബോൾ ടീം' രൂപീകരിച്ചത്. പരിസര പ്രദേശങ്ങ ളിലെ ടൂർണമെന്റുകളിൽ ഈ ഫുട്ബോൾ ടീം വലിയ ചലനമാണ് സൃഷ്ടിച്ചത്. പക്ഷേ, കളിക്കളങ്ങളിലെ സംഘർഷങ്ങൾ പുറത്തേക്കും വ്യാപിച്ചു തുടങ്ങിയപ്പോൾ ടീം മെല്ലെ പിൻവാങ്ങി. വലിയ ലക്ഷ്യങ്ങൾ ക്ക് വേണ്ടിയുള്ള പ്രവർത്തനങ്ങൾ നിസ്സാരമായ തർക്കങ്ങളിൽ ചിത റിപ്പോകുന്നത് ഒഴിവാക്കാനായിരുന്നു അത്.

ആശയ രംഗത്തും പ്രായോഗിക പ്രവർത്തനങ്ങളിലും യുവക് സംഘം ആർജ്ജിച്ച മുന്നേറ്റം സംഘടനയുടെ ജനപിന്തുണ വളരെയധികം വർദ്ധിപ്പിച്ചു. അതിൽ സ്വാഭാവികമായ അസ്വസ്ഥതയുണ്ടായിരുന്ന പാരമ്പര്യ വാദികളായ ചില കോൺഗ്രസ്സുകാർ ചില എതിർപ്പുകളും വിമർശനങ്ങളും ഉയർത്തിക്കൊണ്ടിരുന്നു. കോൺഗ്രസ്സിന് ബദലായി യുവക് സംഘം ഉയർന്ന വരുന്നുവെന്നതാണ് അവരുടെ വിമർശനം. എം. പി. അപ്പുമാസ്റ്റർ തന്നെ അതിനായി ഒരു യോഗം വിളിച്ചു ചേർത്തു. യുവാക്കളെ തീവ്രവാദ നിലപാടിലേക്ക് നയിക്കുന്ന 'അഭിനവ ഭാരത യുവക് സംഘത്തി'ന്റ പകരം 'യുവക് സംഘം' എന്ന പുതിയ ഒരു സംഘടന രൂപീകരിക്കാനാണ് യോഗം എന്നായിരുന്നു എം. പി. അപ്പ മാസ്റ്ററുടെ വിശദീകരണം. അതിനു ശേഷം പലരും ചോദ്യങ്ങളും സംശ യങ്ങളും ഉന്നയിച്ചു. ഒന്നിനും തൃപ്തികരമായ മറുപടി നൽകാൻ അദ്ദേ ഹത്തിന് കഴിഞ്ഞില്ല. അപ്പോൾ എം. പി. അപ്പുമാസ്റ്ററുടെ വാദങ്ങൾ ഖണ്ഡിച്ച് കൊണ്ട് എ. വി. പ്രസംഗിച്ചു. അതോടെ യോഗത്തിൽ പങ്കെട ത്തവരെല്ലാം ഏകകണ്ഠമായി പുതിയ ഒരു സംഘടനയുടെ ആവശ്യമില്ല എന്ന ഉറച്ച നിലപാടെടുത്തു.

1939 ജനുവരി 14, 15 തീയ്യതികളിൽ നടന്ന ചരിത്ര പ്രസിദ്ധമായ കൊടക്കാട് കർഷക സമ്മേളനത്തിന്റെ ഒരു പ്രധാന ഭാഗം അഭിനവ ഭാരത യുവക് സംഘത്തിന്റെ നാലാം വാർഷിക സമ്മേളനമായിരുന്നു.

അത് യുവക് സംഘത്തിന്റെ സ്വതന്ത്രമായ അവസാന വാർഷിക സമ്മേളനവുമായിരുന്നു. പിന്നീട് 1939 മെയ് 12, 13, 14 തീയതികളിൽ ബക്കളത്ത് വെച്ച് നടന്ന പത്താം കേരള സംസ്ഥാന രാഷ്ടീയ സമ്മേളനത്തിന്റെ ഭാഗമായി മെയ് 13 ന് രാവിലെ 11 മണിക്ക് ബക്കളത്ത് വിളിച്ചു ചേർത്ത യുവക്സംഘം വിശേഷാൽ സമ്മേളനം മാത്രമേ നടന്നിട്ടുള്ളൂ. അതിൽ എ. വി. അടക്കമുള്ള യുവക് സംഘത്തിന്റെ സ്ഥാപക സംഘാടകർ പങ്കാളികളായിരുന്നില്ല. കൊടക്കാട് സമ്മേളന കാലം ആയപ്പോൾ 12 ശാഖകളും 800 മെമ്പർമാരും യൂത്ത് ഗാർഡ് എന്ന് പേരുള്ള 100 വളണ്ടിയർമാരുമായി യുവക് സംഘം പടർന്ന പന്തലിച്ചിരുന്നു. കർഷക സംഘം, അഭിനവ ഭാരത യുവക് സംഘം, ബാലസംഘം, മഹിളാസംഘം എന്നിവയുടെ സമ്മേളനങ്ങളാണ് രണ്ടു ദിവസമായി കൊടക്കാട്ട് നടന്നത്. തൊട്ടടുത്ത ഗ്രാമമായ കരി വെള്ളൂരിന്റെ രാഷ്ടീയ ബോധവും സംഘടനാശക്തിയുമെല്ലാം എന്നും കൊടക്കാടിനെയും കാര്യമായി സ്വാധീനിച്ചിരുന്നു. കാസർകോട് താലൂക്കിൽ അഭിനവ ഭാരത യുവക് സംഘത്തിന്റെയും കർഷക സംഘത്തിന്റെയും ആദ്യ ഘടകങ്ങൾ രൂപം കൊണ്ടത് കൊടക്കാ ട്ടായിരുന്നു. മലബാറിലെ ചിറക്കൽ താലൂക്കിന്റെ വടക്കേ അറ്റത്തോട് ചേർന്നു കിടക്കുന്ന സ്ഥലമെന്ന നിലയിൽ മാത്രമല്ല, സാമൂഹികവും സാംസ്ക്കാരികവും രാഷ്ടീയവുമായ കൊടക്കാടിന്റെ പൊരുത്തങ്ങൾ പൊതുവെ ചിറയ്ക്കൽ താലൂക്കിനോട് ചേർന്നതായിരുന്നു.

1939 ജനുവരി 14 ന് വൈകുന്നേരം 5.30നാണ് യുവക് സംഘം നാലാം വാർഷിക സമ്മേളനം ആരംഭിച്ചത്. അതി വിശാലമായ സമ്മേളനപ്പന്തലിന്റെ മധ്യത്തിലായി സ്ഥാപിച്ച കൊടിമരത്തിൽ എ കെ ജി യാണ് ത്രിവർണ്ണ പതാക ഉയർത്തിയത്. കേരള പ്രദേശ് കോൺ ഗ്രസ്സ് കമ്മിറ്റി പ്രസിഡന്റ് കെ. മുഹമ്മദ് അബ്ദുൽ റഹ്മാൻ സാഹിബ് ഉദ്ഘാടനം ചെയ്തു. ആന്ധ്രയിലെ പ്രമുഖ സോഷ്യലിസ്റ്റ് നേതാവ് എ കാമേശ്വർ റാവുവാണ് അധ്യക്ഷൻ. 'ലോകത്ത് ഉരുണ്ടു കൂടിക്കൊണ്ടിരി ക്കുന്ന ഒരു മഹായുദ്ധത്തിന്റെ കാർമേഘങ്ങളെക്കുറിച്ചാണ്' കാമേശ്വർ റാവു പ്രസംഗിച്ചത്. 'ഇന്ത്യയാകെ ഉയർന്ന വരേണ്ട ഒരു യുവജന പ്ര സ്ഥാനത്തെക്കുറിച്ചും 'അഭിനവ ഭാരത യുവക് സംഘം' മലബാറിൽ സൃഷ്ടിക്കുന്ന പ്രതീക്ഷയെക്കുറിച്ച്'മൊക്കെ അദ്ദേഹം ആവേശപൂർവ്വം വിശദീകരിച്ചു. 'അഭിനവ ഭാരത യുവക് സംഘത്തിന്റെ വളണ്ടിയർ സേനയായ 'യൂത്ത് ഗാർഡി'നെ തോക്കുപയോഗിച്ച് വെടിവെക്കാൻ കൂടി പഠിപ്പിക്കണമെന്നും അത് അഹിംസാ സിദ്ധാന്തത്തിന് എതിര ല്ലെന്നും' അദ്ദേഹം പറഞ്ഞു. കാമേശ്വർ റാവുവിന്റെ പ്രസംഗം പൊടിപ്പും തൊങ്ങലും കൂട്ടി തർജ്ജമചെയ്തിരുന്നത് എ കെ ജിയാണ്. ജനങ്ങൾ

കയ്യടിയും കൂട്ടച്ചിരിയുമായി പ്രസംഗത്തോടൊപ്പം ചേർന്നെങ്കിലും അത് കാമേശ്വർ റാവുവിന്റെ പ്രസംഗമൊന്നുമായിരുന്നില്ല. അപ്പോൾ പി. കൃഷ്ണപ്പിള്ള പരിഭാഷ ഏറ്റെടുത്തു.

പതിനാറു പ്രമേയങ്ങളാണ് യുവക് സംഘം നാലാം വാർഷിക സമ്മേളനം അവതരിപ്പിച്ച് പാസ്സാക്കിയത്. യുവക് സംഘത്തിന്റെ രാഷ്ട്രീയ ലക്ഷ്യവും പരിപാടിയും വിശദീകരിക്കുന്നവയായിരുന്ന അതിൽ രണ്ടു പ്രമേയങ്ങൾ. സംഘത്തിന്റെ പക്വമായ രാഷ്ട്രീയ നിലപാടുകളുടെ പ്രഖ്യാപനമായിരുന്ന മറ്റ പ്രമേയങ്ങൾ.

1. കാസർകോട് താലൂക്കിലെ എല്ലാ സാമ്രാജ്യത്വ വിരുദ്ധ പ്രസ്ഥാന ങ്ങളെയും അഭിവാദ്യം ചെയ്യുകയും ഐക്യദാർഢ്യം പ്രഖ്യാപിക്കുക യും ചെയ്യുന്നു.

2. ആലപ്പുഴയിലെ കയർ ഫാക്ടറി തൊഴിലാളി സമരത്തെ ചോരയിൽ മുക്കിക്കൊല്ലുന്ന തിരുവിതാംകൂർ ഗവണ്മെന്റിന്റെ നടപടിയിൽ പ്ര തിഷേധിക്കുന്നു.

3. ലോകമഹായുദ്ധത്തിൽ പങ്കചേരരുതെന്ന് ബ്രിട്ടീഷ് ഗവൺമെന്റി നോട് അഭ്യർത്ഥിക്കുന്നു. ആരും പട്ടാളത്തിൽ ചേരരുതെന്നും ഒരു ചില്ലിക്കാശ് പോലും യുദ്ധ ഫണ്ടിലേക്ക് ആരും നൽകരുതെന്നും അഭ്യർത്ഥിക്കുന്നു.

4. ചിറയ്ക്കൽ താലൂക്കിലെ കർഷക സംഘം പ്രവർത്തകർക്കെതിരെ കള്ളക്കേസും മർദ്ദനവും തുടരുന്ന ജന്മി-പോലീസ് കൂട്ടുകെട്ടിനെ തിരെ പ്രതിഷേധിക്കുന്നു.

അഭിനവ ഭാരത യുവക് സംഘം സമ്മേളനം എന്നതു പോലെ തന്നെ കൊടക്കാട്ട് നടന്ന കർഷക സമ്മേളനവും മഹിളാ സമ്മേളനവും കുട്ടികളുടെ സമ്മേളനവുമെല്ലാം അതി ശക്തമായ ജനകീയ മുന്നേറ്റം തന്നെയായിരുന്നു. അഖിലേന്ത്യാ കിസാൻസഭ സെക്രട്ടറി എൻ ജി. രങ്ക, എ. കാമേശ്വർ റാവു എന്നീ ദേശീയ നേതാക്കളുടെ സാന്നിദ്ധ്യ വും പ്രസംഗങ്ങളും വൻ ജന പങ്കാളിത്തവും മുഹമ്മദ് അബ്ദുൾ റഹ് മാൻ, പി. കൃഷ്ണപ്പിള്ള, എ കെ ജി, പി. നാരായണൻ നായർ, കെ. എ. കേരളീയൻ, എ. വി. കുഞ്ഞമ്പു, സർദാർ ചന്ത്രോത്ത് കുഞ്ഞിരാമൻ നായർ, ടി. എസ്. തിരുമുമ്പ്, വി. വി. കുഞ്ഞമ്പു തുടങ്ങിയ നേതാക്കളുടെ മുഴുവൻ സമയ നേതൃത്വവും കൊടക്കാട് ഭാഗത്ത് മാത്രമല്ല, തൊട്ടടുത്ത കരിവെള്ളൂരിലെയും പിൽക്കാല കർഷക മുന്നേറ്റങ്ങൾക്ക് വളരെയ ധികം സഹായകരമായിത്തീർന്നിട്ടുണ്ട്. 1939 ജനുവരി 23 ന്റെ പ്രഭാതം വാരികയിൽ എ. കാമേശ്വർ റാവു എഴുതിയ വികാരഭരിതമായ ലേഖനം

തന്നെ അതിന്റെ തെളിവാണ്.

കേരളത്തിലെ ലക്ഷണമൊത്ത ആദ്യ യുവജന പ്രസ്ഥാനമായ 'അഭിനവ ഭാരത യുവക് സംഘം' എന്ന സംഘടനയുടെ ക്രമപ്രവൃ ദ്ധമായ വളർച്ചയുടെ വിജയപീഠം തന്നെയായിരുന്ന കൊടക്കാട് സമ്മേളനം. പിന്നീട് അതിന്റെ ആവേശം അധികകാലം നീണ്ടു നിന്നില്ല. സഖാവ് പി. കൃഷ്ണപ്പിള്ള ഒരു ദിവസം രാവിലെ എ. വി. കുഞ്ഞമ്പുവിനെ കാണാൻ കരിവെള്ളൂരിലെത്തി. തലേന്ന് രാത്രി പയ്യന്നൂരിൽ വണ്ടി യിറങ്ങി കരിവെള്ളൂരിലേക്ക് നടന്നു വന്നതാണ് സഖാവ്. എ. വി. യുടെ വീട്ടിലേക്കുള്ള വഴി അറിയാമായിരുന്നിട്ടും രാത്രിയിൽ ചെന്നു വിളിക്കേണ്ടെന്ന് കരുതി ഒരു ചായക്കടയിലെ മുക്കാലി ബെഞ്ചിൽ കിടന്നുറങ്ങുകയായിരുന്നു അദ്ദേഹം. ഉത്തരേന്ത്യൻ ഭീകര പ്രസ്ഥാന ങ്ങളോട് സാമ്യമുള്ള ഒരു രാഷ്ട്രീയമാണ് യുവക് സംഘത്തിനുള്ളതെന്നും അത് തിരുത്തി മുഖ്യധാരാ സ്വാതന്ത്ര്യ പ്രസ്ഥാനത്തിലേക്ക് തന്നെ മടങ്ങി വരണമെന്നുമായിരുന്നു പി. കൃഷ്ണപിള്ളയുടെ ആവശ്യം. എ. വി. സ്വന്തം നിലപാടുകളെ ശക്തമായി ന്യായീകരിച്ചു. ഗാന്ധിയൻ സമര രീതികളെ കണക്കറ്റ് പരിഹസിച്ചു. എല്ലാം കൃഷ്ണപ്പിള്ള ക്ഷമാപൂർവ്വം കേട്ടിരുന്നു. തർക്കങ്ങളും വിശദീകരണങ്ങളും ബോധ്യപ്പെടുത്തലുകളു മായി മൂന്ന് ദിവസം ആ സംവാദം നടന്നു. അത് പി. കൃഷ്ണപിള്ളയുടെ ഇക്കാര്യത്തിലുള്ള ഇടപെടലിന്റെ ഒന്നാം ഘട്ടമായിരുന്നു. കൊടക്കാട് സമ്മേളനത്തിന് ശേഷം എ. വി. യെ കൃഷ്ണപ്പിള്ള കോഴിക്കോട്ടേക്ക് വിളിപ്പിച്ചു. അവിടെ ചെല്ലുമ്പോൾ മൂന്നുപേരും കാത്തിരിക്കുകയാ യിരുന്നു. പി. കൃഷ്ണപ്പിള്ള, ഇ എം. എസ്, എ. കെ. ജി. ഒറ്റ കാര്യമേ അവർക്ക് പറയാൻ ഉണ്ടായിരുന്നുള്ളൂ. 'കോൺഗ്രസ് സോഷ്യലിസ്റ്റ് പാർട്ടിക്ക് സമാന്തരമായി വടഹൻ കേരളത്തിൽ' അഭിനവ ഭാരത യുവക് സംഘം' വളർന്നു വന്നിരിക്കുന്നു. ഇനി ഒരു നിമിഷം അങ്ങനെ മുന്നോട്ട് കൊണ്ടു പോകാനാവില്ല. എത്രയും വേഗം സംഘടന പിരിച്ചു വിടണം'. യുവക്സംഘത്തിന്റെ സ്ഥാപകനായ എ. വി. കുഞ്ഞമ്പുവിന് അത് സങ്കല്പിക്കാവുന്ന കാര്യമായിരുന്നില്ല, പക്ഷേ, നേതൃത്വത്തിന്റെ നിർബ്ബന്ധത്തിനും കൃഷ്ണപിള്ളയുടെ ആജ്ഞാശക്തിക്കും മുന്നിൽ വഴങ്ങേണ്ടി വന്നു.

'പിരിച്ചുവിടാൻ കഴിയില്ല. പക്ഷേ പ്രവർത്തനം മന്ദീഭവിപ്പിക്കാം'. നാട്ടിൽ വന്ന് പ്രവർത്തകരുമായി ചർച്ച ചെയ്തപ്പോൾ വലിയ പൊട്ടി ത്തെറിയായിരുന്നു. അഭിനവ ഭാരത യുവക് സംഘം തുടർന്ന് പ്രവർ ത്തിക്കാൻ നേതൃത്വം അനുവദിക്കില്ലെന്നറിഞ്ഞതോടെ പ്രവർത്തകർ തീർത്തും നിരാശരായി. ഇന്ത്യൻ സ്വാതന്ത്ര്യ പ്രസ്ഥാനത്തിൽ ഗാന്ധിജി

തെളിച്ച മാർഗ്ഗത്തിൽ നിന്നും വ്യത്യസ്തമായി മലബാറിലെ ഒരു ഗ്രാമം ഉയർത്തിക്കൊണ്ടുവന്ന ചെറുത്തു നിൽപ്പും അതിലൂടെ ഉയർന്ന വന്ന ഒരു പ്രസ്ഥാനവും കൊടക്കാട് സമ്മേളനത്തിന്റെ പ്രഭയിൽ ജ്വലിച്ചു നിൽക്കുമ്പോൾ അത് ഊതിക്കെടുത്തുകയാണെന്ന തോന്നലായിരുന്ന പ്രവർത്തകർക്കെല്ലാം. അവരുടെ കൺമുന്നിൽ ചേതനയറ്റ് നിർജ്ജീ വമായി യുവക് സംഘം എന്ന മഹാപ്രസ്ഥാനം പതിയെ നിഷ്ക്രമിച്ചു. ദേശീയ പ്രസ്ഥാനത്തിന്റെ പൊതു സ്വഭാവത്തിൽ നിന്നും അൽപ്പം ഇടറി നിൽക്കുന്ന, ഇടതുപക്ഷ സാഹസികതയുടെ ഉള്ളടക്കം ഉണ്ടായിരുന്നെങ്കിലും അതിനെ അതിജീവിച്ച് നാടിനും കൃഷിക്കാർക്കും വേണ്ടി പൊരുതിയ 'അഭിനവ ഭാരത യുവക് സംഘവും' അതിന്റെ പ്ര വർത്തനങ്ങളുമില്ലാത്ത കരിവെള്ളൂരിന്റെ ചരിത്രം അപൂർണ്ണവും അചി ത്യവ്യമായിരിക്കും. കേരളത്തിനും ഇന്ത്യക്കും മാതൃകയായ ഒരു ഉജ്ജ്വല കർഷകപ്പോരാട്ടത്തിന്റെ രംഗഭൂമിയായി കരിവെള്ളൂർ മാറിയതിന പിന്നിൽ വന്നലക്കോട്ട് വയലിൽ 'അഭിനവ ഭാരത യുവക് സംഘം' വാരി വിതച്ച വിപ്ലവത്തിന്റെ വിത്തുകൾ തന്നെയാകാം. ഒരു കാലഘട്ട ത്തിലെ സ്വാതന്ത്ര്യപ്പോരാളികളും കമ്മ്യൂണിസ്റ്റ് വിപ്ലവകാരികളുമെല്ലാം 'അഭിനവ ഭാരത യുവക് സംഘം' വളർത്തിയെടുത്ത സന്തതികളാണ്.

കരിവെള്ളൂരിൽ കർഷക സംഘം

പുതിയ ആശയങ്ങൾ, പുതിയ സംഘടനകൾ, പുതിയ പ്രസ്ഥാന ങ്ങൾ ഏതിനും പരിസര ഗ്രാമങ്ങളെ അപേക്ഷിച്ച് കരിവെള്ളൂർ മുൻപന്തിയിൽ ആയിരുന്നു. 1931 ൽ കോൺഗ്രസ്സ്, 1934 ഏപ്രിൽ 13 ന് അഭിനവ ഭാരത യുവക് സംഘം, 1934 സപ്തംബറിൽ എയിഡഡ് സ്ക്കൂൾ ആദ്ധ്യാപക യൂണിയൻ, 1935 സപ്തംബർ മാസത്തിൽ കർഷക സംഘം, 1939 ൽ കമ്മ്യൂണിസ്റ്റ് പാർട്ടി... എല്ലാ സംഘടനകൾക്കും ഒട്ടും വൈകാതെ തുടക്കം കുറിക്കുന്ന സ്ഥലമായിരുന്ന കരിവെള്ളൂർ. 1908 ഏപ്രിൽ 10 ന് ചെറുവത്തൂർ കുട്ടമത്ത് തോട്ടോൻ രാമൻ നായരുടെയും ആച്ചം വീട്ടിൽ ഉച്ചിരയമ്മയുടെയും മകനായി ജനിച്ച്, ഒന്നാം വയസ്സിൽ തന്നെ അച്ഛനും ആറാം വയസ്സിൽ അമ്മയും നഷ്ടപ്പെട്ട് കരിവെള്ളൂരിൽ, ഏറെക്കുറെ അനാഥനായി വളർന്ന് ഒടുവിൽ കരിവെള്ളൂരിന്റെ എക്കാലത്തെയും വലിയ നേതാവായി വളർന്ന എ. വി. . കുഞ്ഞമ്പു തന്നെയാണ് ഈ പുതിയ മുന്നേറ്റങ്ങളുടെ മുഴുവൻ ഇടക്കക്കാരൻ. എന്നും കോൺഗ്രസ്സുകാരനായിരുന്നെങ്കിലും എ. വി. യോടൊപ്പം എം. പി. അപ്പ മാസ്റ്ററും ഉണ്ട് ഇതിലെല്ലാം. പി. കുഞ്ഞിരാമൻ, കെ. കൃഷ്ണൻ മാസ്റ്റർ, വി. വി. കുഞ്ഞമ്പു തുടങ്ങിയവർ അതിന്റെ മുൻ നിര നേതാക്കളും.

1935 ജൂലായ് 13 ന് കൊളച്ചേരി നണിയൂരിലെ വി. എം. വിഷ്ണു ഭാരതീ യന്റെ വീടായ 'ഭാരതീയ മന്ദിരത്തിൽ' 28 പേർ പങ്കെടുത്ത യോഗത്തിൽ വെച്ചാണ് മലബാറിലെ കർഷക സംഘത്തിന്റെ ആദ്യ ഘടകം രൂപം കൊണ്ടത്. ഭാരതീയൻ, കേരളീയൻ, കെ. പി. ഗോപാലൻ, പി. എം. ഗോപാലൻ, കുഞ്ഞപ്പൻ മാസ്റ്റർ(പറശ്ശിനിക്കടവ്), മന്ദൻ മാസ്റ്റർ,

ശേഖർ അഴീക്കോട്, പാമ്പൻ മാധവൻ, മാധവ വാരിയർ തുടങ്ങിയവ രെല്ലാം യോഗത്തിലുണ്ടായിരുന്നു. ഭാരതീയൻ പ്രസിഡൻ്റും കേരളീയൻ സെക്രട്ടറിയുമായി 11 പേരടങ്ങിയ കമ്മിറ്റിയെയും തെരഞ്ഞെടുത്തു. കൊളച്ചേരി അംശത്തിലെ പ്രമുഖ ജന്മിയായ കരുമാരത്തില്ലത്ത് നമ്പൂതി രിപ്പാടിൻ്റെ ചൂഷണത്തിനും മർദ്ദനത്തിനുമെതിരായിട്ടാണ് കൊളച്ചേരി കർഷക സംഘത്തിൻ്റെ രംഗ പ്രവേശം. രണ്ട് മാസത്തിനുള്ളിൽ 1935 സപ്തംബറിൽ ഓണക്കുന്നിലെ പൈലിൻ ചുവട്ടിൽ മലബാറിലെ രണ്ടാമത്തെ ഘടകം, എ. വി. കുഞ്ഞമ്പു പ്രസിഡൻ്റും എം. പി. അപ്പ മാസ്റ്റർ സെക്രട്ടറിയുമായി കരിവെള്ളൂർ കർഷക സംഘം എന്ന പേരിൽ രൂപം കൊണ്ടു. കരിവെള്ളൂർ, പെരളം, വെള്ളൂർ, കൊടക്കാട് എന്നീ വില്ലേജുകൾ കേന്ദ്രീകരിച്ചാണ് കരിവെള്ളൂർ കർഷക സംഘം നിലവിൽ വന്നത്. കൊളച്ചേരിയിൽ കർഷക സംഘം രൂപീകരിച്ചതോടെ മയ്യിൽ, കണ്ടക്കൈ, കയരളം, പറശ്ശിനിക്കടവ്, കല്ല്യാശ്ശേരി, മൊറാഴ, കൂറുമാ ത്തൂർ, മലപ്പട്ടം തുടങ്ങിയ സമീപ പ്രദേശങ്ങളിലേക്കും കർഷക സംഘം ഘടകങ്ങളുണ്ടാക്കി പ്രവർത്തനം വ്യാപിപ്പിച്ചു. അക്രമപ്പിരിവുകൾ അവസാനിപ്പിക്കുക എന്ന മുദ്രാവാക്യവുമായി ജന്മിമാരുടെ വീട്ടുപടിക്ക ലേക്ക് കർഷക മാർച്ചുകൾ സംഘടിപ്പിക്കുക എന്നതായിരുന്നു കർഷക സംഘത്തിൻ്റെ ആദ്യ പരിപാടി. അതനുസരിച്ച് കരുമാരത്തില്ലത്തേക്ക് കേരളീയൻ, ഭാരതീയൻ, കെ. പി. ആർ, കെ. പി. ഗോപാലൻ തുടങ്ങി യവർ നയിച്ച ആദ്യ മാർച്ച് പുറപ്പെട്ടു.

ഇതേ കാലത്ത് തന്നെ, 1936 സപ്തംബറിൽ എ. വി. കുഞ്ഞമ്പു, പി. കുഞ്ഞിരാമൻ, പി. അച്യുതൻ അടിയോടി എന്നിവരുടെ നേതൃത്വ ത്തിൽ ഒരു കർഷക മാർച്ച് ചിറക്കൽ കോവിലകത്തേക്ക് പുറപ്പെട്ടു. ചിറക്കൽ രാജാവിനെ കണ്ട് അക്രമപ്പിരിവുകൾ അവസാനിപ്പിക്കുക എന്ന നിവേദനം സമർപ്പിക്കുന്നതിന് വേണ്ടിയായിരുന്ന ഈ മാർച്ച്. ചിറക്കൽ കൊട്ടാരപ്പടിക്കലും കളപ്പുരയില്ലുമെല്ലാമായി കരിവെള്ള രിലും പരിസരത്തുമുള്ള ആയിരക്കണക്കിന് കൃഷിക്കാരും തൊഴിലാ ളികളും ഇരിപ്പുറപ്പിച്ചു. കല്ലേപ്പിളർക്കുന്ന കല്പനകളുമായി വാഴുന്ന രാജാധികാര ശക്തികളെ അക്ഷരാർത്ഥത്തിൽ ഞെട്ടിച്ച കളഞ്ഞ ഒരു മുന്നേറ്റമായിരുന്നു അത്. എന്താണ് യഥാർത്ഥ പ്രശ്നമെന്ന് രാജാവ് തന്നെ എ. വി. യോട് നേരിട്ട് അന്വേഷിച്ചപ്പോൾ കൊടിയ ചൂഷണത്തിൻ്റെയും അസഹ്യമായ പിഴിഞ്ഞൂറ്റലിൻ്റെയും കഥകൾ എ. വി. ചിറക്കൽ രാജാവിന് വിശദീകരിച്ച കൊടുത്തു. കോവിലകത്തിൻ്റെ അറിവോടെയും സമ്മതത്തോടെയുമുള്ള നീതിയുക്തമല്ലാത്ത പണപ്പി രിവുകളും ഒപ്പം കാര്യസ്ഥന്മാരും ശിങ്കിടികളും ചേർന്ന് നടത്തുന്ന ചില

അതിക്രമങ്ങളുമുണ്ടെന്ന് രാജാവിന് ബോദ്ധ്യമായി. ഏതായാലും വാശി, നരി, ശീലക്കാശ്, വെച്ചകാണൽ തുടങ്ങി എല്ലാ അക്രമപ്പിരിവുകളും പിൻവലിക്കാൻ ചിറക്കൽ രാജാവ് നിർബ്ബന്ധിതനായി. വാരത്തിലും പാട്ടത്തിലും യാതൊരു ഇളവും ഇല്ലെന്നും അദ്ദേഹം അറിയിച്ച. രാജാ ധികാരത്തിനും അതിന്റെ മർദ്ദകശക്തിക്കും നേരിട്ട ഈ തകർച്ചയും, കർഷക സംഘത്തിന്റെ മഹാവിജയവും മലബാറിന്റെ വടക്കൻ മേഖല യിലെങ്ങും വലിയ ചലനം ഉളവാക്കി. തുടർന്ന് വേങ്ങയിൽ നായനാർ, കരക്കാട്ടിടം നായനാർ, കല്ല്യാട്ട് യശ്ശമാൻ, കുറുമാത്തൂർ ജന്മി, കോട്ടയം രാജാവ്, താഴക്കാട്ട് മന, ഏച്ചിക്കാനം, കോടോത്ത്, ചെരുപ്പാടി തുടങ്ങി പല ജന്മിമാരുടെ തറവാടുകളിലേക്കും മനകളിലേക്കും അനേകം ജാഥകൾ ജന്മി ച്ചൂഷണത്തിൽ നിന്ന് പൊറുതി നൽകണമെന്ന ആവശ്യ വുമായി പ്രയാണം നടത്തി.

കരിവെള്ളൂരിൽ നിന്ന് പുറപ്പെട്ട ജാഥ വെള്ളൂർ, പയ്യന്നൂർ, കുഞ്ഞി മംഗലം, ചെറുതാഴം വഴിയാണ് ചിറയ്ക്കൽ എത്തിയത്. ഐതിഹാസി കമായ കരിവെള്ളൂർ സമരവും വെടി വെപ്പും രക്തസാക്ഷിത്വവുമെല്ലാം നടന്നത് 1946 ഡിസംബർ 20 നാണ്. അതിന് കൃത്യം പത്ത് വർഷം മുമ്പാണ് കൃഷിക്കാരുടെ ആവശ്യങ്ങൾ ഉയർത്തിപ്പിടിച്ചുള്ള ഒരു പ്രത്യ ക്ഷ സമരത്തിന്റെ വേദിയായി ചിറയ്ക്കൽ കോവിലകം മാറുന്നത്. നീണ്ട കാലമായി കരിവെള്ളൂരിലെ കൃഷിഭൂമിയുടെ സിംഹഭാഗവും കൈവശം വെക്കുകയും വാരവും പാട്ടവും പിരിക്കുക മാത്രമല്ല, കുടിയാന്മാർക്കെ തിരായ നാനാവിധ ച്ചൂഷണങ്ങൾക്ക് നേതൃത്വം നൽകുകയും ചെയ്യുന്ന ചിറക്കൽ രാജാവിനും പ്രഭൃതികൾക്കുമെതിരായ ആദ്യത്തെ പ്രകടമായ ചെറുത്തു നിൽപ്പായിരുന്നു അത്. അത് കൃഷിക്കാർക്കിടയിൽ പൊതുവെ വലിയ ആത്മ വിശ്വാസം വളർത്തി.

ആ ജാഥയിൽ പ്രധാനമായും കരിവെള്ളൂരിൽ നിന്നും പങ്കാളികളാ യത് ഇവരൊക്കെയാണ്.

1. എ. വി. കുഞ്ഞമ്പു

2. വി. വി. കുഞ്ഞമ്പു

3. പി. കുഞ്ഞിരാമൻ

4. പി. അച്യുതൻ അടിയോടി

5. കരിമ്പിൽ കമ്മാരൻ-പലിയേരി

6. വട്ടിയൻ വീട്ടിൽ കണ്ണൻ-പലിയേരി

7. കണിശൻ കുഞ്ഞമ്പു

8. ചൂരിക്കാടൻ അമ്പു-പെരളം

9. പനക്കൽ അമ്പു-പലിയേരി

10. മണക്കാട്ട് അമ്പു

11. കരിമ്പിൽ ചിണ്ടൻ

12. തേത്രവൻ കുഞ്ഞിരാമൻ നായർ

13. കൊല്ലൻ രാമൻ-പെരളം

14. ഒ. വി. കുഞ്ഞമ്പു നായർ

15. പുതിയടത്ത് രാമൻ മണിയാണി

ചിറയ്ക്കൽ കോവിലകത്തേക്കുള്ള ജാഥ കർഷകസംഘത്തിന്റെ പ്രസക്തിയും പ്രാധാന്യവും ഏവരെയും ബോദ്ധ്യപ്പെടുത്തുന്ന ഒരു മുന്നേറ്റമായിത്തീർന്നു.

കൊളച്ചേരിയിൽ 1935 ജൂലായ് 13 ന് കർഷക സംഘം രൂപം കൊണ്ടതിന് ശേഷം കൃത്യം 4 വർഷത്തിനിടയിൽ കർഷക പ്രസ്ഥാ നത്തിന് മലബാറിലാകെ അപ്രതിഹതമായ മുന്നേറ്റമായിരുന്നു. 1936 എപ്രിൽ 9 നാണ് ലഖ്നോവിൽ വെച്ച് അഖിലേന്ത്യാ കിസാൻ സഭ രൂപീകരിച്ചത്. സ്വാമി സഹജാനന്ദ സരസ്വതി, ഇന്ദുലാൽ യജ്ഞിക്ക്, മുസഫർ അഹമ്മദ്, ആചാര്യ നരേന്ദ്രദേവ്, രാഹുൽ സാംകൃത്യായൻ തുടങ്ങിയവരാണ് സ്ഥാപക നേതാക്കൾ. സഹജാനന്ദ സരസ്വതി പ്രസിഡന്റും എൻ. ജി. രങ്ക സെക്രട്ടറിയുമായി അഖിലേന്ത്യാ കിസാൻ സഭ രൂപീകരിക്കപ്പെട്ടു. അതിനുമെത്രയോ മാസങ്ങൾക്കു മുമ്പേ എല്ലാ യിടത്തും കർഷക സംഘങ്ങൾ രൂപം കൊണ്ടിരുന്നുവെന്നത് മലബാറി ന്റെ രാഷ്ട്രീയ പ്രബുദ്ധതയാണ് വ്യക്തമാക്കുന്നത്. 1939 ൽ പാലക്കാട്ട് കണ്ണാടിയിൽ കർഷക സംഘം സമ്മേളനം നടക്കുമ്പോഴേക്കും എല്ലാ ഗ്രാമങ്ങളിലും സംഘടനാപരമായ വേരോട്ടമുണ്ടാക്കി മലബാർ മുഴുവൻ കർഷക സംഘം ഒരു വസന്തം തന്നെ സൃഷ്ടിച്ച കഴിഞ്ഞിരുന്നു.

1936 ജൂലായ്1 ന് കണ്ണൂരിൽ നിന്നും മദിരാശിയിലേക്ക് 36 പേരുമായി എ കെ ജി പട്ടിണി ജാഥ നയിച്ചത് കൃഷിക്കാരുടെ ജീവൽ പ്രധാനമായ പ്രശ്നങ്ങൾ അവരെ ബോധവാന്മാരാക്കുന്നതിനും കർഷക സംഘം പ്ര വർത്തനങ്ങൾ ഊർജ്ജസ്വലമാക്കുന്നതിനും ഏകോപിപ്പിക്കുന്നതിനും വേണ്ടി കൂടിയാണ്. 'പട്ടിണിക്കെതിരായ പോരാട്ടത്തിൽ കർഷകരെ പങ്കാളികളാക്കുക' എന്ന മുദ്രാവാക്യമാണ് ആ കാൽനട ജാഥ മുന്നോട്ട് വെച്ചത്. എ കെ ജിയുടെ പട്ടിണി ജാഥ വടക്കേ മലബാറിനെയാകെ പ്രകമ്പനം കൊള്ളിച്ചു. ജന്മിത്വ ചൂഷണത്തിനെതിരായ കർഷക

വികാരം ഊതിയുണർത്താൻ പര്യാപ്തമായിരുന്നു അത്. 1936 സപ്തം ബറിൽ കരിവെള്ളരിൽ നിന്ന് എ. വി. കുഞ്ഞമ്പുവിന്റെ നേതൃത്വത്തിൽ ചിറക്കൽ കോവിലകത്തേക്കും 1936 ഒക്റ്റോബറിൽ കെ. എ. കേര ളീയന്റെ നേതൃത്വത്തിൽ ബക്കളത്ത് നിന്നും എള്ളെരിഞ്ഞി കരക്കാ ട്ടിടം നായനാരുടെ വീട്ടിലേക്കും പോയ കർഷക ജാഥകളും വലിയ കോളിളക്കമാണ് സൃഷ്ടിച്ചത്. 1936 മാർച്ച് 22 ന് കതിരൂർ പൊതുജന വായനശാലയിൽ വെച്ച് ചേർന്ന മലബാറിലെ പ്രധാനപ്പെട്ട കർഷക സംഘം പ്രവർത്തകരുടെ യോഗമാണ് 'അഖില മലബാർ കർഷക സമ്മേളനം' വിളിച്ച ചേർക്കണമെന്ന് തീരുമാനിച്ചത്. പി. നാരായണൻ നായർ അധ്യക്ഷത വഹിച്ച കതിരൂർ യോഗത്തിൽ പി. കൃഷ്ണപ്പിള്ള, ഇ എം എസ്, എൻ. സി. ശേഖർ, കേരളീയൻ, ഭാരതീയൻ, എ. വി. കുഞ്ഞമ്പു, സർദാർ ചന്ദ്രോത്ത്, എ. കെ. പിള്ള, മൊയാരത്ത് ശങ്കരൻ തുടങ്ങിയവരാണ് പങ്കെടുത്തത്.

1936 നവംബർ 1 ന് കർഷക സംഘത്തിന്റെ ഒന്നാം ചിറക്കൽ താലൂക്ക് സമ്മേളനം പറശ്ശിനിക്കടവിൽ വെച്ച് നടന്നു. കെ. കേളപ്പൻ, ബാരിസ്റ്റർ എ കെ പിള്ള, പി. കൃഷ്ണപ്പിള്ള, ഇ എം എസ്, എ കെ ജി, എ. വി. കുഞ്ഞമ്പു, ടി. എസ് തിരുമുമ്പ് എന്നിവരാണ് പ്രസംഗിച്ചത് കെ. പി. ആർ. ഗോപാലൻ പ്രസിഡന്റും കെ. എ. കേരളീയൻ സെക്രു ട്ടറിയുമായ ചിറക്കൽ താലൂക്ക് കർഷക സംഘം കമ്മിറ്റിയും നിലവിൽ വന്നു. പറശ്ശിനിക്കടവ് സമ്മേളനം സൃഷ്ടിച്ച ആവേശവും ഉത്സാഹവും മലബാറിലാകെ അലയടിച്ചു. ഒന്നൊന്നായി എല്ലാ ഗ്രാമങ്ങളിലും കർഷകസംഘം സ്ഥാപിക്കാൻ കൃഷിക്കാർ സ്വയം മുന്നോട്ട വന്നു. കരിവെള്ളരിന്റെ പരിസര ഗ്രാമങ്ങളായ കൊടക്കാട്, പെരളം, പുതിയങ്ങാടി, കണ്ണപുരം, ചെറുകുന്ന്, കാനായി, പ്യാമ്പം, കുഞ്ഞിമംഗലം, കാങ്കോൽ, കോറോം, ആലക്കാട്, ആലപ്പടമ്പ്, മാതമംഗലം, തുടങ്ങി നിരവധി ഗ്രാമങ്ങളിൽ കൃഷിക്കാർ ആവേശപൂർവ്വം കർഷക സംഘത്തിൽ അണി ചേർന്നു. ചിറക്കൽ താലൂക്കിന്റെ ചുവട് പിടിച്ച് കോട്ടയം, കുറുമ്പ്രനാട് താലൂക്കുകളിലും എല്ലാ ഗ്രാമങ്ങളിലും കർഷക സംഘം ശക്തിപ്പെട്ടു. ചിറക്കൽ താലൂക്കിലാണ് മലബാറിൽ തന്നെ ഏറ്റവും വലിയ കർഷക മുന്നേറ്റമുണ്ടായത്. ചിറക്കൽ താലൂക്കിന്റെ മുന്നേറ്റം പ്രത്യക്ഷമായും സ്വാ ധീനിച്ചത് തൊട്ടടുത്തു കിടക്കുന്ന കാസർകോട് താലൂക്കിനെയാണ്. മടിക്കൈയിലാണ് ശക്തമായ ഒരു കർഷക സംഘം നിലവിൽ വന്നത്. കരിവെള്ളരിന്റെ വലിയ സ്വാധീനം സൗത്ത് കാനറയിലെ ഈ പ്രദേശങ്ങൾക്ക് ഉണ്ടായിരുന്നു. കയ്യൂരിന്റെയും ക്ലായിക്കോടിന്റെ യും മദ്ധ്യത്തിൽ അട്ടവേനി എന്ന സ്ഥലത്ത് ഒരു ഇണ്ട് ഭ്രമിക്കുവേണ്ടി

നീലമ്പത്ത് കണ്ണനും പരിയാരത്ത് കൃഷ്ണൻ നായരും തമ്മിൽ ഒരു തർക്ക മുണ്ടായി. രണ്ടു പേരും കൃഷിക്കാരാണ്. പക്ഷേ, കൃഷിക്കാർ തന്നെ രണ്ടു ചേരികളായി തിരിഞ്ഞു സംഘട്ടനത്തിന്റെ വക്കിലെത്തി. ചിലർ കരിവെള്ളൂരിൽ വിവരമറിയിച്ചു. എ. വി. കുഞ്ഞമ്പുവിന്റെ നേതൃത്വത്തിൽ എലിച്ചി കണ്ണൻ, കോയ്യൻ കുഞ്ഞിക്കണ്ണൻ, പി. കേളുവേട്ടൻ എന്നിവർ സ്ഥലത്തെത്തി മുഴവൻ കൃഷിക്കാരെയും ഒന്നിച്ചിരുത്തി ചർച്ച ചെയ്ത് രമ്യമായി പ്രശ്നം പരിഹരിച്ചു. അതോടെ കരിവെള്ളൂരിലും കൊടക്കാ ട്ടും ഉള്ളതുപോലെ കർഷക സംഘം ഞങ്ങൾക്കും വേണമെന്നായി കൃഷിക്കാർ. 1937 ഏപ്രിൽ മാസം കയ്യൂരിലെ കൂക്കോട്ട് മലയരയത്ത് ചിരുകണ്ടന്റെ വീട്ടിൽ ചേർന്ന യോഗത്തിൽ വെച്ചാണ് കയ്യൂരിൽ ആദ്യമായി കർഷക സംഘമുണ്ടാക്കുന്നത്. എ. വി. കുഞ്ഞമ്പു, കെ. എ. കേരളീയൻ, വി. വി. കുഞ്ഞമ്പു, ടി. എസ് തിരുമുമ്പ് എന്നിവരാണ് പ്രസംഗിച്ചത്. ഐതിഹാസികമായ കയ്യൂർ സമരം സൃഷ്ടിച്ച കയ്യൂരിലെ കർഷകസംഘത്തിന്റെ വിത്ത് വീണതും കരിവെള്ളൂരിൽ നിന്നാണ്. ആലക്കാട് മണിപ്പഴ നമ്പൂതിരി കുടിയാനായ കിടാരൻ ചന്തുവിനെ ഒഴിപ്പിക്കാൻ ശ്രമിച്ചപ്പോൾ തടയുന്നതിന് എത്തിയത് കരിവെള്ളൂരിൽ നിന്നുള്ള യുവക് സംഘം വളണ്ടിയർമാരാണ്. എ കെ ജിയും എ. വി. യും മറ്റും നേരിട്ട് നയിച്ച സമരമായിരുന്നു അത്.

മലബാറിൽ പൊതുവെയും ചിറക്കൽ താലൂക്കിൽ പ്രത്യേകമായും ഉയർന്നു വന്ന ഈ കർഷക മുന്നേറ്റം കരിവെള്ളൂരിന്റെയും രാഷ്ട്രീയ താപനില അനുദിനം വർദ്ധിപ്പിച്ചു കൊണ്ടിരുന്നു. മറ്റ് സ്ഥലങ്ങളിൽ നടന്നിരുന്നതു പോലെ ഊർജ്ജസ്വലമായ പ്രവർത്തനം കോൺഗ്രസ്സ് സോഷ്യലിസ്റ്റ് പാർട്ടിക്ക് കരിവെള്ളൂരിൽ ഉണ്ടായിരുന്നില്ല. അഭിനവ ഭാരത യുവക് സംഘത്തിന്റെ അതി ശക്തമായ സാന്നിദ്ധ്യം 1934 മുതൽ കരിവെള്ളൂരിൽ നിറഞ്ഞു നിന്നതു കൊണ്ടാകാം ഇങ്ങനെ സംഭവിച്ചത്. എങ്കിലും 1935 മുതൽ 1940 വരെയുള്ള കാലയളവിൽ ഇടതുപക്ഷ- പുരോഗമന ചിന്തയുള്ള പ്രവർത്തകർക്ക് പൊതു പ്ര വർത്തനം അത്യന്തം ദുഷ്ക്കരമായിരുന്നു. വലതു പക്ഷ-പ്രതിലോമ ആശയങ്ങളുമായി നിരന്തരം ഏറ്റു മുട്ടേണ്ടിയിരുന്നു. കോൺഗ്രസ്സായി രിക്കേ തന്നെ കോൺഗ്രസ്സ് സോഷ്യലിസ്റ്റ് പാർട്ടിക്കാരായും 1940 മുതൽ കമ്മ്യൂണിസ്റ്റുകാരായും പ്രവർത്തിക്കേണ്ടി വന്നു. ചരിത്രം എന്നത് ആണ്ട തീയ്യതിക്കണക്കിൽ മുറിച്ച തള്ളാവുന്ന മരക്കട്ടകളല്ലല്ലോ. ദേശീയ പ്ര സ്ഥാനത്തിന്റെ ഭാഗമായി പ്രവർത്തിച്ച കൊണ്ടിരിക്കുമ്പോൾ തന്നെ ഉയർന്ന രാഷ്ട്രീയമായ വൈരുദ്ധ്യങ്ങൾ പ്രവർത്തകർക്കിടയിൽ പരസ്പ രമുള്ള അവിശ്വാസവും സംശയവുമാണ് സൃഷ്ടിച്ചത്.

രണ്ടാം അഖില മലബാർ കർഷക സമ്മേളനം എ കെ ജി യുടെ അദ്ധ്യക്ഷതയിൽ കോഴിക്കോടിനടുത്തുള്ള ചേവായൂരിൽ വെച്ച് 1938 ഡിസംബർ 18 നാണ് നടന്നത്. ആ സമ്മേളനത്തിന്റെ മുന്നോടി യായി മലബാറിന്റെ തെക്കേ അറ്റമായ കഞ്ചിക്കോട് നിന്ന് ഇ. പി. ഗോപാലന്റെ നേതൃത്വത്തിലും വടക്കേ അറ്റമായ കരിവെള്ളൂരിൽ നിന്ന് സർദാർ ചന്ദ്രോത്ത് കുഞ്ഞിരാമൻ നായരുടെ നേതൃത്വത്തിലും കൃഷി ക്കാരുടെ രണ്ട് ജാഥകൾ പുറപ്പെട്ടു. കൃഷിക്കാരുടെ ജീവൽ പ്രധാനമായ ആവശ്യങ്ങൾ ഉന്നയിച്ചായിരുന്ന ഈ ജാഥകൾ. പാട്ടം നിജപ്പെടുത്തൽ, കൈവശാവകാശം, പന്ത്രണ്ട് കൊല്ലം കൂടുമ്പോഴുള്ള ചാർത്തവകാശം, കാർഷികോല്പന്നങ്ങളുടെ വിലക്കുറവിനനുസരിച്ചുള്ള പാട്ടം, അക്രമപ്പിരി വുകൾ, നികുതികൾ തുടങ്ങിയ കാര്യങ്ങളിൽ കൃഷിക്കാർക്കനുകൂലമായ തീരുമാനങ്ങൾ വേണമെന്നും നിലവിലുള്ള കുടിയായ്മ നിയമത്തിൽ കൃഷിക്കാർക്കനുകൂലമായ ഭേദഗതികൾ വേണമെന്നും ആവശ്യപ്പെട്ട് മലബാർ കളക്ടർക്ക് നിവേദനം നൽകണമെന്നായിരുന്ന പരിപാടി. ഒപ്പം മലബാറിലെങ്ങുമുള്ള അളവ് ഉക്കങ്ങൾ ഏകീകരിക്കണമെന്നും കർഷക സംഘം പ്രവർത്തകർക്കെതിരെ ചുമത്തിയ കള്ളക്കേസുകളും ഭീഷണിയും അവസാനിപ്പിക്കണമെന്നുമായിരുന്ന ആവശ്യങ്ങൾ.

1938 ഡിസംബർ 10 ന് ചിറക്കൽ താലൂക്കിലെ 70 കർഷകസംഘം ഘടകങ്ങളിൽ നിന്നുമായി 150 ലധികം അംഗങ്ങൾ കരിവെള്ളൂരിലെ ത്തി. വൈകുന്നേരം 5 മണിക്ക് യാത്രയയപ്പ് യോഗം ആരംഭിച്ചു. വി. വി. കുഞ്ഞമ്പു സ്വാഗത പ്രസംഗം നടത്തി. കെ. എ. കേരളീയനാണ് അദ്ധ്യക്ഷൻ. സുബ്രഹ്മണ്യൻ തിരുമുമ്പ്, എ. വി. കുഞ്ഞമ്പു, വി. എം. വിഷ്ണുഭാരതീയൻ എന്നിവരാണ് പ്രസംഗിച്ചത്. എന്ത പ്രകോപനം ഉണ്ടായാലും ചന്ദ്രോത്ത് കുഞ്ഞിരാമൻ നായരുടെ നേതൃത്വത്തിലുള്ള ജാഥാംഗങ്ങൾ അച്ചടക്കത്തോടെ മുന്നോറണമെന്ന് കേരളീയൻ അഭ്യർ ത്ഥിച്ചു. ജന്മിമാർ നടത്തുന്ന കള്ളപ്രചാരണം വിശ്വസിച്ച് കാര്യങ്ങൾ സ്പെഷൽ പോലീസ് തീരുമാനിക്കുമെന്ന് പറഞ്ഞ മലബാർ കളക്ടറുടെ നടപടിയിൽ പ്രതിഷേധിക്കുന്ന പ്രമേയം എ. വി. കുഞ്ഞമ്പു അവതരിപ്പി ച്ചു. ഡിസംബർ 11 ന് രാവിലെ പ്രാതൽ കഞ്ഞി കുടിച്ച് കർഷക സംഘം ഓഫീസിനുമുന്നിൽ ചെങ്കുപ്പായമണിഞ്ഞ വളണ്ടിയർമാർ അണി നിരന്നു. ജാഥാംഗങ്ങളെ പി. കൃഷ്ണപ്പിള്ള അഭിസംബോധന ചെയ്തു. സർദാർ ചന്ദ്രോത്തിനെ കേരളീയൻ മാലയണിയിച്ച് യാത്രയാക്കി. വഴി നീളെയുള്ള സ്വീകരണങ്ങൾ ഏറ്റുവാങ്ങി കരിവെള്ളൂർ-കഞ്ചിക്കോട് കർഷക ജാഥകൾ ചേവായൂരിൽ ഡിസംബർ 18 ന് എത്തിച്ചേർന്നു. രാവിലെ എ. കെ. ജി.യുടെ അദ്ധ്യക്ഷതയിൽ നടന്ന സമ്മേളനം

കോഴിപ്പറത്ത് മാധവമേനോനാണ് ഉദ്ഘാടനം ചെയ്തത്. ആ പ്രസം ഗത്തെക്കുറിച്ച് പ്രവർത്തകർക്കിടയിൽ തന്നെ വലിയ അഭിപ്രായ വ്യത്യാസമുണ്ടായി. ഉച്ചയ്ക്ക് ശേഷം മാനാഞ്ചിറയ്ക്കടുത്തുള്ള ടൗൺ ഹാളിൽ എത്തിയ രണ്ട ജാഥകളും ചേർന്ന് 6 മണിയോടെ കോഴിക്കോട് കടപ്പറത്തേക്ക് നീങ്ങി. 500 വീതം ചെങ്കപ്പായമിട്ട വളണ്ടിയർമാർ രണ്ട ജാഥകളിലും ഉണ്ടായിരുന്നു. ധിക്കാരിയായ മലബാർ കളക്ടർ ഇ. ഡി. വുഡ്സ് ജാഥയെ കാണാനോ, നിവേദനം സ്വീകരിക്കാനോ തയ്യാറായില്ല. കോഴിപ്പറത്ത് മാധവമേനോന്റെ ഫലത്തിൽ എതിരായ പ്രസംഗത്തെ കുറിച്ചുള്ള അതൃപ്തി എ. വി. മറച്ചവെച്ചില്ല. 'എങ്കിലും കേളപ്പനെക്കാൾ ഭേദമല്ലേ' എന്നായിരുന്നു സഖാവിന്റെ മറുപടി.

സൗത്ത് കാനറാ കളക്ടർക്കുള്ള നിവേദനവുമായി കാസർകോട് താലൂക്ക് ജാഥ 1938 ഡിസംബർ 8 നാണ് തെക്കേ അറ്റമായ ഒളവറയിൽ നിന്നും ടി. സുബ്രഹ്മണ്യൻ തിരുമുമ്പിന്റെ നേതൃത്വത്തിൽ പുറപ്പെട്ടത്. കെ. മാധവനും കോടോത്ത് നാരായണൻ നായരും എൻ. എസ് നമ്പ തിരിയുമാണ് മറ്റ പ്രമുഖരായ നേതാക്കൾ. മലബാർ കുടിയായ്മ നിയമം കാസർകോട് താലൂക്കിനും ബാധകമാക്കുക, കുടിയായ്മ നിയമം ഭേദഗതി ചെയ്യുക, കാസർകോട് താലൂക്കിനെ മലബാർ ജില്ലയോട് കൂട്ടിച്ചേർക്കുക എന്നീ ആവശ്യങ്ങളാണ് മുഖ്യമായും നിവേദനത്തിൽ ഉന്നയിച്ചത്. കരിവെള്ളൂരിൽ നിന്നും എ. വി. യുടെ നേതൃത്വത്തിലുള്ള പ്രവർത്തകരാണ് ഒളവറ ജാഥയുടെ ഒരുക്കങ്ങൾ മുഴുവൻ നടത്തിയത്. കെ. കേളപ്പൻ ടി. എസ്. തിരുമുമ്പിന് പതാക കൈമാറി ഉദ്ഘാടനം നിർവ്വഹിച്ചു. കെ. എ കേരളീയനും എ. വി. യും ചേർന്ന് ജാഥയെ യാത്ര യാക്കി. നിരന്തരമായ പ്രക്ഷോഭങ്ങളിലൂടെയും പോരാട്ടങ്ങളിലൂടേയും കരിവെള്ളൂരിലെ കർഷക പ്രസ്ഥാനം പരിസര പ്രദേശങ്ങളുടെ മുഴുവൻ നേതൃത്വത്തിലേക്കുയർന്നു.

കമ്മ്യൂണിസ്റ്റ് പാർട്ടി കരിവെള്ളൂരിൽ

1940 ജനവരി 26 ന് രാവിലെ മുതൽ കരിവെള്ളൂരിലെ വഴിവ ക്കിലെ മരങ്ങളിലും ചുമടുതാങ്ങിയിലും പത്രക്കടലാസിൽ ചുകപ്പ് മഷി കൊണ്ടെഴുതിയ പോസ്റ്ററുകൾ കണ്ട് ആളുകൾ കൂട്ടം കൂടി വായിച്ചു. ആവേശവും അൽപ്പം ഭയവും കലർന്ന വികാരത്തോടെയാണ് അവർ അത് വായിച്ചത്. 'കമ്മ്യൂണിസ്റ്റ് പാർട്ടി സിന്ദാബാദ്', 'സാമ്രാജ്യ ത്വം നശിക്കട്ടെ', 'ജന്മിത്തം തുലയട്ടെ', 'ഇങ്കുലാബ് സിന്ദാബാദ്' എന്നീ മുദ്രാവാക്യങ്ങൾ എഴുതിയ പോസ്റ്ററുകൾ ഒരു വെള്ളിടി പോലെയാണ് വന്നു വീണത്. അത് കേരളത്തിൽ കമ്മ്യൂണിസ്റ്റ് പാർട്ടി നിലവിൽ വന്നു എന്നതിന്റെ പരസ്യ പ്രഖ്യാപനമായിരുന്നു. അപ്പോഴും കമ്മ്യൂണിസ്റ്റ് പാർട്ടി ആ പേരിൽ പരസ്യമായി പ്രവർത്തിച്ചു തുടങ്ങിയിരുന്നില്ല.

ലോകത്തെങ്ങുമെന്നപോലെ ഇന്ത്യയിലും കമ്മ്യൂണിസ്റ്റ് പാർട്ടി യുടെ പാത ഒരിക്കലും പൂ വിരിച്ചതായിരുന്നില്ല. 1917 ലെ ഒക്റ്റോബർ വിപ്ലവത്തിന്റെ സന്ദേശം ഇന്ത്യയിൽ എത്തിത്തുടങ്ങുന്നതിനു മുമ്പ് തന്നെ സോഷ്യലിസ്റ്റ് ആശയങ്ങൾ, കോൺഗ്രസ്സുകാരും കോൺഗ്ര സ്സ് സോഷ്യലിസ്റ്റുകാരുമായ സ്വാതന്ത്ര്യപ്പോരാളികൾക്കിടയിലേക്ക് പതിയെ അരിച്ചിറങ്ങിത്തുടങ്ങിയിരുന്നു. 1912 ൽ ഇന്ത്യയിൽ ആദ്യമായി സ്വദേശാഭിമാനി കെ. രാമകൃഷ്ണപിള്ള കാൾ മാർക്സിന്റെ ഒരു ലഘു ജീവചരിത്രം മലയാളത്തിൽ പ്രസിദ്ധീകരിച്ചിരുന്നു. ലോകത്ത് സോഷ്യ ലിസ്റ്റ് വിപ്ലവത്തെ തുടർന്ന് അധികാരത്തിൽ വന്ന ആദ്യ തൊഴിലാളി വർഗ്ഗ ഭരണം എങ്ങനെയാണ് ഒരു പുതിയ സമൂഹം കെട്ടിപ്പടുക്കുന്ന തെന്ന് അറിയാനുള്ള കൗതുകവുമായി റഷ്യയിൽ എത്തിയ എം. എൻ.

റോയിയുടെ നേതൃത്വത്തിലുള്ള ഒരുകൂട്ടം ഇന്ത്യൻ കമ്മ്യൂണിസ്റ്റുകാരാണ് 1920 ഒക്റ്റോബർ 17 ന് താഷ്ക്കെന്റിൽ വെച്ച് 'കമ്മ്യൂണിസ്റ്റ് പാർട്ടി ഓഫ് ഇന്ത്യ' എന്ന പാർട്ടിക്ക് രൂപം നൽകിയത്. മുഹമ്മദ് ഷഫീക് സിദ്ദിഖി ആയിരുന്നു പാർട്ടിയുടെ സെക്രട്ടറി. താഷ്ക്കെന്റിൽ നിന്ന് തിരിച്ചെത്തി ഇന്ത്യൻ മണ്ണിൽ കമ്മ്യൂണിസ്റ്റ് പാർട്ടിക്ക് വേരോട്ടമുണ്ടാ ക്കാൻ ശ്രമിച്ച വിപ്ലവകാരികളെ മുഴുവൻ പെഷവാർ ഗൂഢാലോചന കേസ് ചുമത്തി ജയിലിലാക്കി. 1921 ലെ അഹമ്മദാബാദ് കോൺഗ്രസ്സ് സമ്മേളനത്തിൽ പൂർണ്ണ സ്വരാജ് പ്രമേയം അവതരിപ്പിച്ചതിന്റെ പേരിൽ ഉറുദുവിലെ പ്രശസ്തനായ കവിയും സൂഫി പണ്ഡിതനും കമ്മ്യൂ ണിസ്റ്റുകാരനുമായ സയ്യിദ് ഹസ്രത് മൊഹാനിയെ ഒന്നരക്കൊല്ലത്തേ ക്ക് തടവിലാക്കി. കാൺപൂർ ഗൂഢാലോചനാക്കേസിൽ ബാക്കിയുള്ള ഒന്നാം തലമുറ കമ്മ്യൂണിസ്റ്റുകാരെ മുഴുവൻ ജയിലിൽ അടച്ചു. അതോടെ കമ്മ്യൂണിസ്റ്റ് പാർട്ടിയുടെ സംഘടനാ സംവിധാനം ആകെ തകർന്നു. 1925 ഡിസംബർ 28 മുതൽ 30 വരെ കാൺപൂരിൽ കൺവെൻഷൻ നടത്തി കമ്മ്യൂണിസ്റ്റ് പാർട്ടി അതിന്റെ പുനഃസംഘടന വിജയകരമായി പൂർത്തിയാക്കിയെങ്കിലും എല്ലാ നേതാക്കളെയും മീററ്റ് ഗൂഢാലോചനാ കേസ് ചുമത്തി വീണ്ടും അകത്താക്കുകയായിരുന്നു. 1933 ൽ അവർ ജയിൽ മോചിതരായതോടെയാണ് കൽക്കത്തയിൽ രഹസ്യമായി യോഗം ചേർന്ന് പോളിറ്റ് ബ്യൂറോ, സെൻട്രൽ കമ്മിറ്റി, സംസ്ഥാന കമ്മിറ്റികൾ എന്ന കമ്മ്യൂണിസ്റ്റ് പാർട്ടി സംഘടനാ ക്രമം അനുസരിച്ച് സംഘടന കെട്ടിപ്പടുത്തത്. പെഷവാർ, കാൺപൂർ, മീററ്റ്, ലാഹോർ തുടങ്ങിയ കെട്ടിച്ചമച്ച ഗൂഢാലോചനാക്കേസുകളിലൂടെ ഇന്ത്യയിലെ കമ്മ്യൂണിസ്റ്റ് പാർട്ടിയുടെ വേര് നിശ്ശേഷം പറിച്ച കളയുക എന്ന പദ്ധതിയാണ് ബ്രിട്ടീഷ് സർക്കാർ സ്വീകരിച്ചത്. ഇക്കാര്യത്തിൽ കമ്മ്യൂ ണിസ്റ്റുകാരോട് സ്വാതന്ത്ര്യ സമര ഭൂമിയിൽ അണിചേർന്ന കോൺഗ്ര സ്സുകാരോടുള്ള സമീപനമായിരുന്നില്ല. 'ഇന്ത്യൻ ബോൾഷെവിക്കുക ളോട്' ഒരു തരത്തിലുള്ള വിട്ടുവീഴ്ചയും കാട്ടാതെ മുളയിൽ തന്നെ നുള്ളിക്കളയണമെന്നാണ് അവർ പോലീസിനും കീഴ്ദ്യോഗസ്ഥർക്കും നൽകിയ നിർദ്ദേശം. ആശയപരമായ വൈരുദ്ധ്യങ്ങൾ പലതും ഉണ്ടെ ങ്കിലും കോൺഗ്രസ്സ് സോഷ്യലിസ്റ്റ് പാർട്ടിയിൽ ചേർന്ന് പ്രവർത്തി ക്കാനാണ് അക്കാലത്ത് കമ്മ്യൂണിസ്റ്റുകാർ തീരുമാനിച്ചത്. അതൊരു മറ മാത്രമായിരുന്നു. ബോംബേ, കൽക്കത്ത, കോൺപൂർ, നാഗ്പൂർ, ദൽഹി തുടങ്ങിയ വൻ നഗരങ്ങളിൽ ലക്ഷക്കണക്കിന് തൊഴിലാളികൾ പങ്കെടുത്ത പണിമുടക്കുകൾ നടന്നു. അതിന്റെ പേരിൽ കമ്മ്യൂണിസ്റ്റ് പാർട്ടിയെ നിരോധിക്കുകയാണ് ബ്രിട്ടീഷ് സർക്കാർ ചെയ്തത്. 1934 ജൂലായ് മുതൽ ഇന്ത്യയിൽ പ്രഖ്യാപിക്കപ്പെട്ട കമ്മ്യൂണിസ്റ്റ് പാർട്ടിയുടെ

നിരോധനം 1942 ജൂലായ് വരെ നീണ്ട നിന്നു. ഇങ്ങനെ സാമ്രാജ്യത്വ ഭരണകൂടത്തിന്റെ കള്ളക്കേസുകളെയും ഏകപക്ഷീയമായ വിചാരണ കളെയും ഭീകര മർദ്ദനങ്ങളെയും തടവറകളെയും അതിജീവിച്ചിട്ടാണ് ഇന്ത്യയിൽ കമ്മ്യൂണിസ്റ്റുകാർ മുന്നോട്ട് പോയത്.

1931 മാർച്ചിൽ തിരുവനന്തപുരത്ത് എൻ. സി. ശേഖർ, പൊന്നറ ശ്രീധർ, എൻ. പി. കുരിക്കൾ തുടങ്ങിയവരുടെ നേതൃത്വത്തിൽ രൂപം കൊണ്ട കമ്മ്യൂണിസ്റ്റ് ലീഗിന് കമ്മ്യൂണിസ്റ്റ് പാർട്ടിയുടെ സംഘടനാ രൂപങ്ങളുമായി ബന്ധമൊന്നുമുണ്ടായിരുന്നില്ല. അതൊരു സ്വതന്ത്ര സംഘടനയായിരുന്നു. എന്നാൽ കോഴിക്കോട് തിരുവണ്ണൂരിൽ വെച്ച് പി. കൃഷ്ണപ്പിള്ള, ഇ. എം. എസ്, എൻ. സി. ശേഖർ, കെ. ദാമോദരൻ എന്നിവർ എസ്. വി. ഘാട്ടെയുടെ സാന്നിദ്ധ്യത്തിൽ രൂപീകരിച്ച കമ്മ്യൂണിസ്റ്റ് ഗ്രൂപ്പ് പിന്നീട് രൂപം കൊണ്ട കമ്മ്യൂണിസ്റ്റ് പാർട്ടി കേരള ഘടകത്തിന്റെ മുന്നോടി തന്നെയായിരുന്നു.

കോൺഗ്രസ്സ് സോഷ്യലിസ്റ്റ് പാർട്ടിയുമായുള്ള പ്രത്യയ ശാസ്ത്ര വൈരുദ്ധ്യം, അതിലെ കമ്മ്യൂണിസ്റ്റ് ചിന്താഗതിയുള്ളവരിൽ അത്യന്തം രൂക്ഷമായിക്കൊണ്ടിരിക്കുകയായിരുന്നു.

1939 സപ്തംബർ 1 ന് രണ്ടാം ലോക മഹായുദ്ധം പൊട്ടിപ്പുറപ്പെട്ടു. തെരഞ്ഞെടുക്കപ്പെട്ട ജനപ്രതിനിധികളെപ്പോലും അറിയിക്കാതെ യുദ്ധ ത്തിൽ ഇന്ത്യ പങ്കാളിയാണെന്ന് വൈസ്രോയി പ്രഖ്യാപിച്ചു. രാജ്യരക്ഷാ ഓർഡിനൻസ് എന്നപേരിൽ പത്ര സ്വാതന്ത്ര്യവും പൗരാവകാശങ്ങളും കവർന്നെടുക്കാനാണ് ബ്രിട്ടീഷ് സർക്കാർ ശ്രമിച്ചത്. യുദ്ധത്തിന്റെ രാഷ്ട്രീയ സ്വഭാവം വെളിപ്പെടുത്തുന്ന ഒരു ക്യാമ്പെയിൻ ദേശവ്യാപക മായി ഇടതുപക്ഷം ഉയർത്തിക്കൊണ്ടു വരണമെന്ന കമ്മ്യൂണിസ്റ്റ് പാർ ട്ടിയുടെ ആവശ്യം സി എസ് പി നിരാകരിക്കുകയായിരുന്നു. ഇതോടെ കമ്മ്യൂണിസ്റ്റ് പാർട്ടിയും കോൺഗ്രസ്സ് സോഷ്യലിസ്റ്റ് പാർട്ടിയും തമ്മില്ല ള്ള ബന്ധത്തിൽ തന്നെ വിള്ളൽ വീണു. നാഗ്പൂരിൽ നടന്ന സി എസ് പി നാഷണൽ എക്സിക്യൂട്ടീവിൽ പി കൃഷ്ണപിള്ളയും ഇ എം എസ്സും ഈ വിഷയം ശക്തമായി ഉയർത്തിക്കൊണ്ടു വന്നെങ്കിലും ജയപ്രകാശ് നാരായണനും ആചാര്യ നരേന്ദ്രദേവും മൗനം പാലിക്കുകയായിരുന്നു. നാഗ്പൂരിൽ നിന്ന് മടങ്ങിയെത്തിയ ഉടൻ കോഴിക്കോട് മഞ്ജനാഥ റാവുവിന്റെ വീട്ടിൽ വെച്ച് സി എസ് പി സംസ്ഥാന എക്സിക്യൂട്ടീവ് യോഗം ചേർന്നു. പിണറായിക്കടുത്ത പാറപ്രത്ത് വെച്ച് ഒരു സമ്മേളനം വിളിച്ച ചേർക്കാൻ ആ യോഗമാണ് തീരുമാനിച്ചത്. അതിനു മുമ്പായി നിരവധി ക്ലാസ്സുകളും ചർച്ചായോഗങ്ങളും വിളിച്ച കൂട്ടി ആശയ വ്യക്ത തയും പ്രത്യയശാസ്ത്ര ദാർഢ്യവും കൈവരുത്തണമെന്നും ആ യോഗം

തീരുമാനിച്ചു. അതനുസരിച്ചാണ് ചെറുതുരുത്തി, എറണാകുളം, ആലപ്പുഴ, തൃശ്ശൂർ, ആലത്തൂർ, പെരിന്തൽമണ്ണ, ഫറോക്ക്, കോഴിക്കോട്, പറശ്ശിനിക്കടവ്, കുത്തുപറമ്പ്, കരിവെള്ളൂർ, പുലിയന്നൂർ, കൊടക്കാട് തുടങ്ങി നിരവധി കേന്ദ്രങ്ങളിൽ ക്ലാസുകളും യോഗങ്ങളും നടന്നത്. ഇ എം എസ്, എ കെ ജി, കേരളീയൻ, സർദാർ ചന്ത്രോത്ത്, എ. വി. കുഞ്ഞമ്പു, വി. വി. കുഞ്ഞമ്പു, ഐ സി പി നമ്പൂതിരി തുടങ്ങി കേരള ത്തിലെങ്ങുമുള്ള നിരവധി നേതാക്കൾ പങ്കെടുത്ത യോഗങ്ങളിൽ സി. ഉണ്ണിരാജ, എം എസ്. ദേവദാസ്, ശങ്കരനാരായണൻ തമ്പി, കെ. പി. ജി. തുടങ്ങിയവരാണ് ക്ലാസ്സെടുത്തത്. അതിൽ ഒരു കേന്ദ്രം കരിവെള്ളൂർ ആയിരുന്നു എന്നത് അതിനകം ആർജ്ജിച്ച രാഷ്ട്രീയ പ്രാധാന്യത്തിന്റെ കൂടി വിളംബരമാണ്.

1939 ഡിസംബർ അവസാനം തലശ്ശേരിയിൽ നിന്നും അഞ്ചു നാഴിക വടക്കുമാറി പിണറായിക്കടുത്ത പാറപ്രം വിവേകാനന്ദ വായന ശാലയിൽവെച്ചാണ് കമ്മ്യൂണിസ്റ്റ് പാർട്ടി രൂപീകരണ സമ്മേളനം നടന്നത്. പൂർണ്ണ ചുമതല പി. കൃഷ്ണപിള്ളയ്ക്കായിരുന്നു. പോലീസിന്റെ കണ്ണിൽ പെടാതിരിക്കാൻ 'റാഡിക്കൽ ടീച്ചേഴ്സ് യൂണിയൻ' എന്ന പേരിൽ ഒരു സംഘടനയുടെ ബദൽ സമ്മേളനം പിണറായി ആർ. സി. അമല സ്കൂളിൽ സംഘടിപ്പിച്ചിരുന്നു. മൂന്നു ഭാഗവും പുഴയാൽ ചുറ്റപ്പെട്ട് റോഡ് ഗതാഗതം വളരെ ദുർഘടമായ പാറപ്രത്ത് എം എസ് പിക്ക് എത്തിച്ചേരാൻ വളരെയധികം പ്രയാസമായിരുന്നു. എ. വി. കുഞ്ഞമ്പു, വി. വി. കുഞ്ഞമ്പു, സുബ്രഹ്മണ്യ ഷേണായി എന്നിവർ തൂക്കരിപ്പർ സ്റ്റേഷനിൽ നിന്നാണ് വണ്ടി കയറിയത്. കേരളത്തിന്റെ നാനാഭാഗത്തു നിന്നുമായി പാറപ്രത്തെത്തിയ 40 പേർ ചേർന്നാണ് കമ്മ്യൂണിസ്റ്റ് പാർട്ടിയുടെ കേരള ഘടകം സ്ഥാപിച്ചത്. കോൺ ഗ്രസ്സ് സോഷ്യലിസ്റ്റ് പാർട്ടി എക്സിക്യൂട്ടീവ് 1940 ഒക്റ്റോബറിലാണ് പിരിച്ചു വിട്ടത്. പക്ഷെ പാറപ്രം സമ്മേളനത്തിന്റെ അടുത്ത ആഴ്ച പറശ്ശിനിക്കടവിൽ ചേർന്ന നേതാക്കളുടെ യോഗത്തിൽ വെച്ച് പി. കൃഷ്ണപിള്ളയെ സംസ്ഥാന സെക്രട്ടറിയായി തെരഞ്ഞെടുത്തു. സി എസ് പി എക്സിക്യൂട്ടീവ് കമ്മ്യൂണിസ്റ്റ് പാർട്ടി സംസ്ഥാന കമ്മിറ്റിയായി മാറി.

പാറപ്രം സമ്മേളനത്തിന്റെ തൊട്ടടുത്ത ദിവസം എ. വി. കരിവെ ള്ളൂരിൽ മടങ്ങിയെത്തിയതോടെ കരിവെള്ളൂരിൽ കമ്മ്യൂണിസ്റ്റ് പാർട്ടി സെൽ രൂപീകരിക്കുകയായിരുന്നു. എ. വി. കുഞ്ഞമ്പു (സെക്രട്ടറി) പി. കുഞ്ഞിരാമൻ, വി. വി. കുഞ്ഞമ്പു, എം. പി. അപ്പ, സി. വി. കുഞ്ഞമ്പു ആപ്പീസർ എന്നിങ്ങനെ അഞ്ചു മെമ്പർമാർ അടങ്ങിയതാണ് കരിവെ ള്ളൂരിലെ ആദ്യത്തെ കമ്മ്യൂണിസ്റ്റ് സെൽ.

മൊറാഴയും കയ്യൂരും

രണ്ടാം ലോകമഹായുദ്ധം ഇന്ത്യയിലും കേരളത്തിലും സൃഷ്ടിച്ച രാഷ്ട്രീയമായ അന്തരണനങ്ങളിലൊന്നാണ് 1940 സപ്തംബർ 15 ന്റെ മൊറാഴ സമരം. യുദ്ധത്തിൽ ഇന്ത്യയെ പങ്കാളിയാക്കിയ ബ്രിട്ടീഷ് സർക്കാരിന്റെ നടപടിയിൽ പ്രതിഷേധിച്ച് തെരഞ്ഞെടുക്കപ്പെട്ട കോൺഗ്രസ്സ് മന്ത്രിസഭകൾ രാജിവെച്ചു. യുദ്ധം സൃഷ്ടിച്ച നിയന്ത്രണ മില്ലാത്ത വിലക്കയറ്റം ജനജീവിതം തീർത്തും ദുസ്സഹമാക്കിയിരുന്നു. കൃഷിക്കാരുടെ ജീവിതപ്രശ്നങ്ങൾ ഉയർത്തിക്കൊണ്ടു വരുന്നതിൽ കോൺഗ്രസ്സ് പുലർത്തുന്ന അലംഭാവത്തിനെതിരെ കോൺഗ്രസ്സിലെ ഇടതുപക്ഷം ശക്തമായ നിലപാടെടുത്തു. കെ പി സി സി തെരഞ്ഞെടു പ്പിൽ ഇരുപക്ഷവും തമ്മിൽ കടുത്തപോരാട്ടമായിരുന്നു. ഇ എം എസ് പരാജയപ്പെട്ടെങ്കിലും ഭൂരിപക്ഷം ഇടതുപക്ഷത്തിനായിരുന്നു. കെ. കേളപ്പനെ 206 റോട്ടുകൾക്ക് പരാജയപ്പെടുത്തി മുഹമ്മദ് അബ്ദുൾ റഹ്മാൻ സാഹിബ് കെ പി സി സി പ്രസിഡന്റും പി. നാരായണൻ നായർ സെക്രട്ടറിയുമായി. ഈ ഇടതുപക്ഷ കെ പി സി സി നേതൃ ത്വമാണ് കൃഷിക്കാരുടെ പ്രശ്നങ്ങൾ ഉയർത്തിപ്പിടിച്ചും വിലക്കയ റ്റത്തിനെതിരായും 1940 സപ്തംബർ 15 വിലക്കയറ്റ വിരുദ്ധദിനമായി ആചരിക്കാൻ ആഹ്വാനം ചെയ്തത്. ആഹ്വാനം പുറത്തു വന്ന ഉടൻ മലബാർ കളക്ടർ നിരോധന ഉത്തരവ് പുറപ്പെടുവിച്ചു. മലബാറിൽ 16 കേന്ദ്രങ്ങളിൽ നിരോധനം ലംഘിച്ച് മർദ്ദന പ്രതിഷേധ ദിനമായി റാലികൾ നടത്തണമെന്ന് കെ പി സി സി നിർദ്ദേശിച്ചു. ചിറക്കൽ താലൂക്കിൽ കീച്ചേരിയാണ് തെരഞ്ഞെടുക്കപ്പെട്ട കേന്ദ്രം. കീച്ചേരിയിൽ ജനങ്ങൾ സംഘടിച്ചപ്പോൾ വളപട്ടണം പോലീസ് സബ് ഇൻസ്പെക്ർ

കുട്ടികൃഷ്ണമേനോനും കണ്ണൂർ സബ് ഡിവിഷണൽ മജിസ്ട്രേട്ടും അവിടെ യെത്തി നിരോധന ഉത്തരവ് പുറപ്പെടുവിച്ചു. ഒളിവിലായിരുന്ന പി കൃഷ്ണപിള്ളയും ചിറക്കൽ താലൂക്ക് കമ്മ്യൂണിസ്റ്റ് പാർട്ടി സെക്രട്ടറിയാ യിരുന്ന എ. വി. കുഞ്ഞമ്പുവും കെ. എ. കേരളീയനുമെല്ലാം സമര വളണ്ടി യർമാരുമായി നിരന്തരം ബന്ധപ്പെട്ടുന്നുണ്ടായിരുന്നു. കൃഷ്ണപ്പിള്ളയുടെ നിർദ്ദേശമനുസരിച്ച് വളപട്ടണം-തളിപ്പറമ്പ് പോലീസ് സ്റ്റേഷനുകളുടെ അതിർത്തിയായ അഞ്ചാംപീടികയിലേക്ക് ജാഥയും യോഗവും മാറ്റി. തന്റെ അതിർത്തി അല്ലാതിരുന്നിട്ടും കുട്ടികൃഷ്ണമേനോൻ അവിടെയും എത്തി. ഒപ്പം തളിപ്പറമ്പ് എസ് ഐ വീരാൻ മൊയ്തീനും. അദ്ധ്യക്ഷനാ യിരുന്ന വിഷ്ണു ഭാരതീയനെ പോലീസ് ഭീകരമായി മർദ്ദിച്ചു. വഴിയില്ലൂടെ വലിച്ചിഴച്ചു. വളണ്ടിയർ ക്യാപ്റ്റൻ അറാക്കൽ കുഞ്ഞിരാമനെ അടിച്ച വശനാക്കി. ലാത്തിച്ചാർജ്ജും വെടിവെപ്പും ആരംഭിച്ചപ്പോൾ തിരിച്ച് ശക്തമായ കല്ലേറും നടന്നു. ജനങ്ങളുമായുള്ള ഏറ്റുമുട്ടലിൽ എസ് ഐ കുട്ടികൃഷ്ണമേനോൻ സംഭവസ്ഥലത്ത് വെച്ചും ഹെഡ് കോൺസ്റ്റബിൾ ഗോപാലൻ നായർ ആശുപത്രിയിൽ വെച്ചും മരിച്ചു.

സമരത്തിൽ പങ്കെടുക്കാൻ പയ്യന്നൂർ കേന്ദ്രീകരിച്ച് മൊറാഴയിലേ ക്ക് 3 ജാഥകൾ പോകാൻ തീരുമാനിച്ചിരുന്നു. കരിവെള്ളൂർ, കണ്ടോത്ത്, കണ്ടങ്കാളി എന്നിവിടങ്ങളിൽ നിന്നാണ് ജാഥകൾ പുറപ്പെട്ടത്. കരി വെള്ളൂർ ജാഥ നയിച്ചത് പി. കുഞ്ഞിരാമനാണ്. അതിൽ കെ. കൃഷ്ണൻ മാസ്റ്റർ, എം. വി. ചിണ്ടൻ, കെ. വി. കുഞ്ഞിക്കണ്ണൻ, കണിശൻ കൃഷ്ണൻ, യു. രാഘവപൊതുവാൾ, പി. അച്യുതൻ അടിയോടി, എൻ. പി. കുഞ്ഞിരാമൻ മാസ്റ്റർ, ടി. ടി. വി. കുഞ്ഞമ്പു, എം. വി. കുഞ്ഞികൃഷ്ണൻ നമ്പ്യാർ, തൈവളപ്പിൽ കണ്ണൻ, കണിയാട്ട് ഗോവിന്ദൻ നായർ, പരി യാരത്ത് കുഞ്ഞികൃഷ്ണൻ നായർ, എം. വി. നാരായണൻ നായർ, കെ. വി. കൃഷ്ണൻ, തോട്ടോൻ കൃഷ്ണൻ, ടി. വി. കുഞ്ഞിരാമൻ എന്നിവരടക്കം നിരവധി പേരുണ്ടായിരുന്നു. അവരെ പയ്യന്നൂരിൽ വെച്ച് പോലീസ് അറസ്റ്റ് ചെയ്തു. 31 പേരെയാണ് കസ്റ്റഡിയിൽ എടുത്തത്. പലരും പോലീസിനെ വെട്ടിച്ച് മൊറാഴയിൽ എത്തി. പയ്യന്നൂർ പോലീസ് ചാർജ്ജ് ചെയ്ത കേസ്സിൽ കരിവെള്ളൂരിൽ നിന്ന് പുറപ്പെട്ട ജാഥയിൽ ഉണ്ടായിരുന്ന പി. കുഞ്ഞിരാമൻ, ടി. ടി. വി. കുഞ്ഞമ്പു, എം. വി. കുഞ്ഞി കൃഷ്ണൻ നമ്പ്യാർ എന്നിവരെ ആറുമാസം ശിക്ഷിച്ചു. മൊറാഴ, മട്ടന്നൂർ, തലശ്ശേരി സംഭവങ്ങളുടെ പേരിൽ കിരാതമായ മർദ്ദനമാണ് പോലീസ് അഴിച്ചുവിട്ടത്. കരിവെള്ളൂരിൽ നിന്ന് മൊറാഴയിലേക്ക് പോയ ജാഥ യാണ് പയ്യന്നൂരിൽ വെച്ച് പോലീസ് പിടിയിലായത് എന്നതിന്റെ പേരിൽ കരിവെള്ളൂരിൽ പോലീസ് മർദ്ദനം ആപേക്ഷികമായി അതി

കെ. ദേവയാനി

ഭീകരമായിരുന്ന. 38 പേരെ പ്രതി ചേർത്ത് മൊറാഴ സമരത്തിന്റെ പേരിൽ കേസ് എടുത്തു. കെ. പി. ആർ, അറാക്കൽ കുഞ്ഞിരാമൻ, ഭാരതീയൻ, എ. വി. കുഞ്ഞമ്പു, സുബ്രഹ്മണ്യ ഷേണായി, കെ. വി. നാരായണൻ നമ്പ്യാർ തുടങ്ങിയ നേതാക്കളും മൊറാഴ കേസിൽ പ്രതികളായി. എ. വി. യും ഷേണായിയും പിന്നീട് ദീർഘകാലം ഒളിവിൽ പ്രവർത്തിച്ചു. ആദ്യം മൊറാഴയിലും കൊടക്കാട്ടും കയ്യൂരിലുമാണ് എ. വി. ഒളിവിലിരുന്നത്. പിന്നീട് ആലപ്പുഴയിലേക്ക് പോയി. തിരുവിതാംകൂർ പാർട്ടി സ്റ്റേറ്റ് കമ്മിറ്റി സെക്രട്ടറിയായി കൃഷ്ണൻ നായർ എന്ന പേരിൽ ഒളിവിൽ പ്രവർത്തിച്ചു. ഒളിവിലിരിക്കേയാണ് കമ്മ്യൂണിസ്റ്റ് പാർട്ടി പ്രവർത്തകയും മഹിളാപ്രസ്ഥാനത്തിന്റെ സ്ഥാപക സംഘാടകയുമായ കെ. ദേവയാനിയുമായുള്ള വിവാഹം 1943 ജൂണിൽ ആലപ്പുഴയിൽ വെച്ച് നടക്കുന്നത്. മൊറാഴയടക്കമുള്ള സപ്തംബർ 15 ന്റെ സമരങ്ങളെ മുൻ നിർത്തി കേന്ദ്ര കോൺഗ്രസ് നേതൃത്വം കെ. പി. സി. സിയെ പിരിച്ച വിട്ടു. മൊറാഴ കേസിൽ വധശിക്ഷക്ക് വിധിക്കപ്പെട്ട കെ. പി. ആറിന്റെ ജീവൻ രക്ഷിക്കാൻ ഒടുവിൽ ഗാന്ധിജി ഇടപെട്ടു. വധശിക്ഷയിൽ ഇളവ് വരുത്തി ജീവപര്യന്തം തടവ് ശിക്ഷയാക്കി മാറ്റി. 1940 സപ്തംബർ 15 ഓടെ കോൺഗ്രസ്സിലെ വലതു പക്ഷവുമായുള്ള വൈരുദ്ധ്യം അത്യന്തം രൂക്ഷമാവുകയും ഏറെക്കുറെ കമ്യൂണിസ്റ്റ് പാർട്ടിയുടെയും ചെങ്കൊടിയുടെയും പ്രത്യക്ഷ സാന്നിദ്ധ്യം ആരംഭിക്കുകയും ചെയ്തു.

കർഷക സമര ചരിത്രത്തിലെ ചോര നനഞ്ഞ അദ്ധ്യായമാണ് കയ്യൂർ. കരിവെള്ളൂരിൽ നിന്നും ഏതാനും നാഴിക വടക്ക മാറിയാണ് കയ്യൂർ. അവിടെ കർഷക സംഘം ആദ്യമായി സംഘടിപ്പിക്കുന്നതു തന്നെ എ. വി. കുഞ്ഞമ്പുവും സഖാക്കളം കരിവെള്ളൂരിൽ നിന്ന ചെന്നി ട്ടാണ്. മൊറാഴ സമരത്തെത്തുടർന്ന് ഒളിവുജീവിതം തുടങ്ങിയ എ. വിയും ഇ. കെ. നായനാരുമെല്ലാം കയ്യൂരിലാണ് ഏറെ നാളുകൾ കഴിഞ്ഞത്. സ്റ്റഡി ക്ലാസ്സുകളം യോഗങ്ങളമായി കയ്യൂർ സമരത്തിന്റ അണിയറ പ്രവർത്തനങ്ങളിൽ അവർ വളരെയധികം പങ്കു വഹിച്ചിട്ടുണ്ട്.

1941 മാർച്ച് 30 ന് നീലേശ്വരം രാജാവിന് നിവേദനം നൽകുന്നതിന വേണ്ടി നടത്താനിരുന്ന കർഷക ജാഥയുടെ ഒരുക്കങ്ങൾ നടക്കുന്ന തിനിടയിലാണ് രാത്രിയിൽ സർച്ചും ടി. വി. കുഞ്ഞിരാമൻ, ടി. വി. കുഞ്ഞമ്പു എന്നിവരുടെ അറസ്റ്റം കടുത്ത മർദ്ദനവും നടന്നത്. മാർച്ച് 28 ന് അതിനെതിരെ നടന്ന പ്രതിഷേധ പ്രകടനത്തിനിടയിൽ വന്നുപെട്ട സുബ്ബരായൻ എന്ന പോലീസുകാരൻ ജനരോഷത്താൽ കൊല്ലപ്പെട്ട തിന്റെ പേരിലാണ് മഠത്തിൽ അപ്പ, കോയിത്താറ്റിൽ ചിരുകണ്ടൻ, പൊടോര കുഞ്ഞമ്പു നായർ, പള്ളിക്കാൽ അബ്ബബക്കർ എന്നീ 4 കർഷക യുവാക്കളെ 1943 മാർച്ച് 29 ന് കണ്ണൂർ സെൻട്രൽ ജയിലിൽ വെച്ച് തൂക്കിക്കൊന്നത്.

1941 മാർച്ച് അവസാന ദിവസങ്ങളിലും തുടർന്നും ഭീകരമായ ആക്രമണവും മർദ്ദനവുമാണ് കരിവെള്ളൂർ ജനതയ്ക്ക് നേരിടേണ്ടി വന്നത്. കയ്യൂർകേസിൽ പ്രതികളാകുമെന്നുറപ്പുള്ളവരും മൊറാഴ കേസ് പ്രതികളുമെല്ലാം പ്രധാന ഒളിത്താവളങ്ങളിലൊന്നായി കണ്ടത് കരിവെ ള്ളൂരിനെയായിരുന്നു. ജീവൻ കൊടുത്തും സംരക്ഷിക്കുമെന്നുറപ്പുള്ള ഒരു പാർട്ടി സംഘടന ഉണ്ടെന്നതിനാലാണ് എല്ലാവരും കരിവെള്ളൂരിലെ ത്തിയത്. അതു തിരിച്ചറിഞ്ഞ പോലീസ് കാടിളക്കി മറിച്ചുള്ള അന്വേഷ ണവും അതി ഭീകരമായ മർദ്ദനവുമായിരുന്നു അവിടെ നടത്തിയത്. പി. കൃഷ്ണപ്പിള്ള, എ. വി, ഇ എം. എസ്. കെ. എ. കേരളീയൻ, പാട്ടത്തിൽ പത്മനാഭൻ, പി. കുഞ്ഞിരാമൻ തുടങ്ങി നിരവധി നേതാക്കൾ ഈ ഘട്ടത്തിൽ കരിവെള്ളൂരിലുണ്ടായിരുന്നു. അവരെ കിട്ടാതെ വരുമ്പോൾ അവർ ഒളിവിൽ താമസിച്ചിരുന്ന വീടുകൾക്ക നേരെയായി അക്രമം. കരിമ്പിൽ വീട്, തോട്ടോൻ കൃഷ്ണന്റെ വീട്, അറക്കളത്ത് ഒലക്കോടന്റെ വീട്, കണ്ണമ്പള്ളി മഠം, മുണ്ടക്കാരൻ കോരൻ, രയരന്റെ ചന്ദ്രശേഖരൻ, എം. പി. അപ്പ മാസ്റ്റർ എന്നിവരുടെ വീടുകൾ എല്ലാം കരിവെള്ള രിലെ ഒളിവുകാല ഷെൽട്ടറുകളായിരുന്നു. കരിമ്പിൽ കമ്മാരൻ, വി. വി. നാരായണൻ മാസ്റ്റർ, പൊട്ടക്കുളത്ത് കുഞ്ഞിരാമൻ മാസ്റ്റർ,

പയങ്ങപ്പാടൻ കുഞ്ഞിരാമൻ

കോളിയാടൻ കുഞ്ഞികൃഷ്ണൻ മാസ്റ്റർ, എം. വി. ചിണ്ടൻ, കരിമ്പിൽ അപ്പക്കുട്ടൻ തുടങ്ങിയ കരിവെള്ളൂരിലെ നിരവധി സഖാക്കൾക്ക് ഈ കാലട്ടത്തിൽ കഠിനമായ മർദ്ദനം ഏൽക്കേണ്ടി വന്നു. ഒളിവിൽ താമസിക്കുന്ന നേതാക്കൾ നിയന്ത്രിക്കുന്ന പാർട്ടി സെന്റർ കല്ലച്ചിൽ അച്ചടിച്ച വിതരണം ചെയ്യുന്ന സർക്കുലറുകളും ലഘുലേഖകളും പാർട്ടി സെല്ലുകൾക്ക് എത്തിച്ച കൊടുക്കുകയും അതിലെ നിർദ്ദേശങ്ങൾ നടപ്പാക്കുകയും ചെയ്യുന്നതാണ് അക്കാലത്തെ പാർട്ടി പ്രവർ

ത്തനം. അതിന് 'ഡാക്ക്' എന്ന് വിളിച്ചിരുന്ന സമാന്തര സംവിധാനം പ്രവർത്തിച്ചിരുന്നു. തെരഞ്ഞെടുക്കപ്പെട്ട വിശ്വസ്തരും ധീരരുമായ വളണ്ടി യർമാർ ചില നിശ്ചിത സ്ഥലങ്ങളിലൂടെ നടത്തുന്ന 'ഡാക്ക് കൈമാറ്റം' തന്നെയാണത്. പൊളിഞ്ഞ അമ്പലങ്ങൾ, കാവുകൾ, മരപ്പൊത്തുകൾ എന്നിവിടങ്ങളിലാണ് സന്ദേശം ഒളിപ്പിക്കുക. ചിരുകണ്ണൻ (ആണ്ടൂർ), വി. വി. നാരായണൻ മാസ്റ്റർ, ക്ലേരിക്കാരൻ കുഞ്ഞമ്പു, ഇബ്രാഹിം (കരിവെള്ളൂർ) മുകുന്ദൻ മാസ്റ്റർ, പാവ്വർ കുഞ്ഞിരാമൻ, കണിശൻ കൃഷ്ണൻ (പൃത്തൂർ), കരിമ്പിൽ കുഞ്ഞിരാമൻ (മണക്കാട്ട്)കരയാപ്പള്ളി കണ്ണൻ (കുണിയൻ) എം. വി. ചിണ്ടൻ (ചീറ്റ), കൈപ്രവൻ കൃഷ്ണൻ നായർ (പെരളം), കെ. വി. കുഞ്ഞിക്കണ്ണൻ (കൊഴുമ്മൽ). ഇങ്ങനെ ഒരു കൂട്ടം വളണ്ടിയർമാരാണ് കരിവെള്ളൂരിലെ ഡാക്ക് സഖാക്കൾ. ഈ സാഹസിക പ്രവർത്തനത്തിന്റെ രക്തസാക്ഷിയാണ് പാവ്വർ രാമൻ. കോറോത്തുള്ള താവളത്തിൽ സന്ദേശം കൈമാറി മടങ്ങി വരുന്നതിനിട യിൽ തെക്കേപ്പെരയിലെ ഇടവഴിയിൽ വെച്ചാണ് പാവ്വർ രാമന് മൂർഖന്റെ കടിയേറ്റത്. മതിയായ ചികിത്സ കിട്ടുന്നതിന് മുമ്പ് വിഷം പടർന്നു കയറി മരിക്കുകയായിരുന്നു. ഇങ്ങനെ നിരവധി കമ്മ്യൂണിസ്റ്റുകാരുടെ ത്യാഗപൂർ ണ്ണവും തീക്ഷ്ണവുമായ അനുഭവങ്ങൾ ഉരുകിയുറച്ച കെട്ടുറപ്പുണ്ടായിരുന്ന കരിവെള്ളൂരിലെ കർഷക-കമ്മ്യൂണിസ്റ്റ് പ്രസ്ഥാനത്തിന്. ഏത് പ്രതി സന്ധികളും വെല്ലുവിളികളും നേരിടാൻ പോന്ന പ്രസ്ഥാനമായി അത് വളർന്നു. അതി ശക്തമായ ഒരു വളണ്ടിയർ സേനയും കരിവെള്ളൂരിൽ ഉണ്ടായിരുന്നു. ഖദറിന്റെ കാക്കി ട്രൗസറും ചുവപ്പ് മുക്കിയ മുറിക്കയ്യൻ ഷർട്ടുമിട്ട വളണ്ടിയർമാർ നിരന്തരം പരിശീലനം നടത്തി. തിക്കോടി ക്യാമ്പിൽ പരിശീലനം നേടിയ കെ. വി. കുഞ്ഞിക്കണ്ണൻ, പയങ്ങപ്പാടൻ കുഞ്ഞിരാമൻ, വി. വി. ദേർമ്മൻ, നാവൃതിയൻ കൃഷ്ണൻ എന്നിവരാണ്

പരിശീലകർ. ഇതിനു പുറമെ പുത്തൂരിൽ 22 ദിവസം നീണ്ടു നിന്ന ജില്ലാ പരിശീലന ക്യാമ്പ് സംഘടിപ്പിച്ചിരുന്നു. എൻ. കെ. കുട്ടൻ, എൻ. എൻ. വാര്യർ, കുട്ടി (കോഴിക്കോട്) എന്നിവരാണ് ജില്ലാ ക്യാമ്പിലെ പരിശീലകർ. ക്യാമ്പുകളും പരിശീലനവും റൂട്ട് മാർച്ചുമെല്ലാം നാട്ടിന്റെ ഉണർവ്വും ഊർജ്ജസ്വലതയും വർദ്ധിപ്പിക്കുകയായിരുന്നു.

യുദ്ധം... ക്ഷാമം... പട്ടിണി... പകർച്ചവ്യാധികൾ

രണ്ടാം ലോക മഹായുദ്ധത്തിനെതിരായ പ്രചാരണം കൊട്ടമ്പിരി കൊള്ളന്നതിനിടയിലാണ് 1941 ജൂൺ 22 ന് ഹിറ്റ്ലർ സോവിയറ്റ് യൂണിയനെ ആക്രമിച്ചത്. നാസികളും ഫാസിസ്റ്റുകളമായ ജപ്പാൻ-ജർമ്മനി സഖ്യത്തിനെതിരെ അമേരിക്കയും ബ്രിട്ടനുമടങ്ങുന്ന സഖ്യ ശക്തികൾക്കൊപ്പം സോവിയറ്റ് യൂണിയനും യുദ്ധത്തിൽ പങ്കചേർന്നു. ലോകത്തെ ആദ്യത്തെ സോഷ്യലിസ്റ്റ് ശിശുവിനെ ചോരയിൽ മുക്കി കൊല്ലാനുള്ള ഫാസിസ്റ്റ് കൊലവിളിക്കെതിരെ കമ്മ്യൂണിസ്റ്റ് പാർട്ടി പ്രതികരിച്ചു. സോഷ്യലിസത്തെ സംരക്ഷിക്കാനുള്ള ഫാസിസത്തിനെ തിരായ ജനകീയ യുദ്ധമാണിതെന്നും അതിൽ ജനങ്ങൾ തങ്ങളുടെ പങ്ക് വഹിക്കണമെന്നും 1941 ഡിസംബറിൽ കമ്മ്യൂണിസ്റ്റ് പാർട്ടി പ്രഖ്യാപിച്ചു. ബ്രിട്ടീഷ് വിരുദ്ധ സമരങ്ങളുടെ ഒരു രീതി സന്ദർഭത്തിലെ പെട്ടെന്നുള്ള ഈ നയം മാറ്റം ജനങ്ങൾക്കിടയിലും പാർട്ടി പ്രവർത്തകർക്കിടയിലും സംശയവും ആശയക്കുഴപ്പവും സൃഷ്ടിച്ചു. എല്ലാ കമ്മ്യൂണിസ്റ്റ് വിരുദ്ധ ശക്തികളും ഈ തക്കം നോക്കി കമ്മ്യൂണിസ്റ്റ് പാർട്ടിയെ കടന്നാക്ര മിച്ചു. 1942 ജൂലായ് 29 ന് കമ്മ്യൂണിസ്റ്റ് പാർട്ടിയുടെ മേലുണ്ടായിരുന്ന നിരോധനം നീക്കി. അതോടെ ബ്രിട്ടീഷ് ഗവൺമെന്റുമായി കമ്മ്യൂണിസ്റ്റ് പാർട്ടി ഒത്തു കളിക്കുകയാണെന്ന ആരോപണവും ഉയർന്നു.

1942 ആഗസ്റ്റ് 9 മുതൽ ക്വിറ്റ് ഇന്ത്യാ സമരം ആരംഭിച്ചു. ആദ്യ ദിവസം തന്നെ കോൺഗ്രസ്സ് നേതാക്കൾ മുഴുവൻ അറസ്റ്റിലായി. അതുവരെ കമ്മ്യൂണിസ്റ്റുകാർക്കൊപ്പമായിരുന്ന സോഷ്യലിസ്റ്റ് പ്രസ്ഥാനം ക്വിറ്റി ന്ത്യാ സമരത്തോടെ കോൺഗ്രസ്സിനൊപ്പമായി. എല്ലാ ശക്തികളും

ഒറ്റക്കെട്ടായി കമ്മ്യൂണിസ്റ്റുകാർക്കെതിരെ തിരിഞ്ഞതോടെ കേരളത്തി ല്ലും കമ്മ്യൂണിസ്റ്റ് പാർട്ടി വളരെയധികം ഒറ്റപ്പെടൽ നേരിട്ടു. ബ്രിട്ടീഷ് വിരുദ്ധ പോരാട്ടത്തിന്റെ പേരിലായാലും ഫാസിസ്റ്റ് ശക്തികളുമായുള്ള സുഭാഷ് ചന്ദ്രബോസിന്റെ ബാന്ധവം സ്വാഭാവികമായും എതിർപ്പിന്റെ കുന്തമുന അദ്ദേഹത്തിന്റെ നേർക്ക് തിരിയുന്നതിന് ഇടയാക്കി. എന്നും കോൺഗ്രസ്സിലെ ഇടതു പക്ഷത്തിന്റെ നേതാവായിരുന്ന സുഭാഷ് ചന്ദ്ര ബോസിന്റെ ഈ നിലപാടിലെ വൈരുദ്ധ്യം വിശദീകരിക്കാനാവാതെ പാർട്ടി പ്രവർത്തകർ പൊറുതി മുട്ടി. ദേശീയമായ ധാരയിൽ നിന്ന് ഏറെക്കുറെ അകന്നു പോയ ഈ ഘട്ടം മുറിച്ചു കടക്കുന്നത് അത്യന്തം ദുഷ്ക്കരമായിരുന്നു. അതിനായി വിവിധ കലാരൂപങ്ങളെയാണ് കമ്മ്യൂ ണിസ്റ്റ് പാർട്ടി ആശ്രയിച്ചത്. 'ജാപ്പ് വിരുദ്ധ മേളകൾ' എന്ന പേരിൽ സംഘടിപ്പിച്ച കലാപരിപാടികളിൽ കലാകാരന്മാരും പാർട്ടിയുടെ പ്രധാന പ്രവർത്തകരുമായ കെ. കൃഷ്ണൻ മാസ്റ്റർ, കടിഞ്ഞിയിൽ നാരായണൻ നായർ, കെ. ഇബ്രാഹിം, വി. വെള്ളത്തമ്പു മാസ്റ്റർ, എം. വി. ചിണ്ടൻ തുടങ്ങിയവരാണ് പ്രധാന പങ്കു വഹിച്ചത്. പാട്ട്, ഓട്ടൻ തുള്ളൽ, പൂരക്കളി, കോൽക്കളി, തുടങ്ങിയ നാടൻ കലാരൂപങ്ങളും നാടകവുമൊക്കെയാണ് അവതരിപ്പിച്ചത്. ചിറക്കൽ താലൂക്കിന്റെ വിവിധ കേന്ദ്രങ്ങളിൽ കെ. കൃഷ്ണൻ മാസ്റ്ററുടെ നേതൃത്വത്തിലാണ് 'ജാപ്പ് വിരുദ്ധമേള'കൾ അവതരിപ്പിച്ചത്. ഇത്തരം സന്ദിഗ്ധ ഘട്ടങ്ങളിൽ കരി വെള്ളൂരിലെ പ്രസ്ഥാനത്തിന്റെ കരുത്തായി മാറുന്ന നേതാവ് എ. വി. യുടെ അഭാവം പ്രവർത്തകരെ അത്യധികം വിഷമിപ്പിച്ചു. അക്കാലത്ത് അദ്ദേഹം മൊറാഴ കേസിൽ പിടികൊടുക്കാതെ തിരുവിതാം കൂറിൽ ഒളിവിൽ പ്രവർത്തിക്കയായിരുന്നു.

1943 ലാണ് ബംഗാളിനെ വിഴുങ്ങിയ ഉഗ്രമായ ക്ഷാമം പടർന്നു പിടിച്ചത്. യുദ്ധം സൃഷ്ടിച്ച കടുത്ത ഭക്ഷ്യക്ഷാമവും വിലക്കയറ്റവും പട്ടിണിയും പകർച്ചവ്യാധികളും ഇവിടെയും കടുത്ത നാശമാണ് വിതച്ചത്. മലബാറിൽ മാത്രം മുപ്പതിനായിരത്തിലധികം പേർ കോളറ മൂലം മരിച്ചു. പൊന്നാനി താലൂക്കിലെ മംഗലം എന്ന ഒരു വില്ലേജിൽ മാത്രം 900 പേരാണ് മരിച്ചത്.

> *'ഉരിയരി പോലും കിട്ടാനില്ല പൊന്നു കൊടുത്താലും*
> *ഉദയാസ്തമനം പീടിക മുന്നിൽ നിന്നു നരച്ചാലും'*

ദുസ്സഹമായ ആ കാലത്തെ കുറിച്ച് കർഷകസംഘം പ്രവർത്തകർ എങ്ങും പാടി നടന്നത് ഈ വരികളാണ്. ഭക്ഷ്യക്ഷാമം പോലെ ഗുരുതര മായിരുന്നു മണ്ണെണ്ണ ക്ഷാമവും. ഒപ്പം ചില്ലറ ക്ഷാമവും. ഭക്ഷ്യ വസ്തുക്കൾ കരിഞ്ചന്തയിൽ വിൽക്കുന്നതിന് വേണ്ടി ജന്മിമാരും കച്ചവടക്കാരും

പൂഴ്ത്തിവെപ്പ് വ്യാപകമാക്കിയിരുന്നു. നെല്ലും മറ്റ ധാന്യങ്ങളും കാർഷിക വിഭവങ്ങളും കയ്യടക്കിവെച്ചിരുന്ന ജന്മിമാരും അവരുടെ ഏജന്റുമാരും ചേർന്ന് ഇത് കരിഞ്ചന്തക്കാരുടെ ഉത്സവകാലം ആക്കുകയായിരുന്നു. ഭക്ഷ്യക്ഷാമവും പട്ടിണിയും രൂക്ഷമായതോടെ പകർച്ചവ്യാധികളും പടർന്നുപിടിച്ചുതുടങ്ങി. കോളറയാണ് പ്രധാനം. വിശപ്പടക്കാൻ ഭക്ഷണമില്ല. രോഗത്തിന് മരുന്നില്ല. വിളക്ക് കത്തിക്കാൻ എണ്ണയില്ല. പരിസരഗ്രാമങ്ങൾ എല്ലാം എന്നതുപോലെ കൊടിയ ദുരിതത്തിലും തകർച്ചയിലുമായിരുന്നു കരിവെള്ളൂർ.

വിശപ്പിലും ദുരിതത്തിലും ക്ഷാമത്തിലും പകർച്ചവ്യാധിയിലും മരണ ത്തിലും ജനതയാകെ തകർന്നുഴലുമ്പോൾ അവർക്ക് ദിശാബോധം പകർന്ന് നയിക്കേണ്ട കമ്മ്യൂണിസ്റ്റ് പാർട്ടിയുടെ കേരളാ ഘടകവും ആശയക്കുഴപ്പത്തിൽ പെട്ട് നട്ടം തിരിയുകയായിരുന്നു. 1941 ജൂൺ 22 ഓടെ ജനകീയ യുദ്ധമായി മാറി എന്ന് കമ്മ്യൂണിസ്റ്റ് പാർട്ടി പ്രഖ്യാപി ച്ചിരുന്നെങ്കിലും അത് അംഗീകരിക്കാനോ വിശ്വസിക്കാനോ പാർട്ടി അംഗങ്ങളും ബഹു ഭൂരിപക്ഷം ജനങ്ങളും തയ്യാറായില്ല. ഒന്നാം പാർട്ടി കോൺഗ്രസ്സിന്റെ പ്രഖ്യാപനമനുസരിച്ച് കാർഷിക വ്യാവസായിക രംഗങ്ങളിലെ ഉൽപ്പാദന വർദ്ധന എന്ന കേന്ദ്രമുദ്രാവാക്യമനുസരിച്ച് കർഷക- ട്രേഡ് യൂണിയൻ പ്രസ്ഥാനങ്ങൾ പുനഃസംഘടിപ്പിക്കണ മെന്ന നിർദ്ദേശവും പാർട്ടിക്കുള്ളിൽ വ്യാപകമായ വൈരുദ്ധ്യങ്ങൾ ക്കിടയാക്കി. ലോക വിപ്ലവ പ്രസ്ഥാനത്തിന്റെ കേന്ദ്രമെന്ന നിലയിൽ സോവിയറ്റ് യൂണിയനെ സംരക്ഷിക്കുക എന്ന സാർവ്വദേശീയ ലക്ഷ്യം ദേശീയമായ താല്പര്യങ്ങളുമായി ഏറ്റുമുട്ടുന്നതായും പാർട്ടിയുടെ ഐക്യ ത്തെയും കെട്ടുറപ്പിനെ തന്നെയും ബാധിക്കുന്നതായും അനുഭവപ്പെട്ടു. 1943 ജൂണിൽ സംസ്ഥാന സെക്രട്ടറിയായിരുന്ന പി. കൃഷ്ണപ്പിള്ള സംസ്ഥാന കമ്മിറ്റി പിരിച്ചുവിട്ടു. ഇതോടെ പ്രശ്നങ്ങൾ അത്യധികം സങ്കീർണ്ണമായി. പോളിറ്റ് ബ്യൂറോ ഇടപെട്ടാണ് പിന്നീട് സംഘടനാ പ്ര ശ്നങ്ങൾ പരിഹരിച്ചത്. കടുത്ത പട്ടിണിയും ഭക്ഷ്യക്ഷാമവും പകർച്ച വ്യാധികളും അതിന്റെ ദുരിതങ്ങളും നേരിടാൻ കമ്മ്യൂണിസ്റ്റ് പാർട്ടിയും കർഷക സംഘവും പദ്ധതികൾ തയ്യാറാക്കി. കർഷക സംഘം പ്രവർ ത്തകർ രോഗ ദുരിതാശ്വാസ പ്രവർത്തനങ്ങൾക്ക് നേതൃത്വം നൽകി. പകർച്ചവ്യാധികൾ വീടുകൾ തമ്മിലുള്ള അട്ടപ്പം പോലും ഇല്ലാതാക്കുക യാണ് ചെയ്തത്. പി. കുഞ്ഞിരാമൻ, കെ. കൃഷ്ണൻ മാസ്റ്റർ, കോളിയാടൻ നാരായണൻ മാസ്റ്റർ, കെ. വി. കുഞ്ഞിക്കണ്ണൻ, കൂക്കോട്ട് ഇബ്രാഹിം തുടങ്ങിയവരാണ് ഈ പ്രവർത്തനങ്ങൾക്ക് നേതൃത്വം നൽകിയത്. ആരും പുറത്തിറങ്ങാത്ത വീടുകൾക്ക് മുന്നിൽ ചെന്ന് ഉറക്കെ പാട്ടുപാടി

ജനങ്ങളെ ഉണർത്തി അവർക്ക് മരുന്നും ഭക്ഷണവും നൽകാൻ കരിവെള്ളൂരിലെ കമ്മ്യൂണിസ്റ്റ് കലാകാരനായ കൂക്കോട്ട് ഇബ്രാഹിം തയ്യാറായി. വിശപ്പും രോഗവും മരണവുമായി മല്ലിട്ടുകൊണ്ടിരുന്ന ജനങ്ങൾ ക്കൊപ്പം അവരെ മരണ വക്ത്രത്തിൽ നിന്നും രക്ഷിക്കാൻ കമ്മ്യൂണിസ്റ്റുകാർ മാത്രമേ ഉണ്ടായിരുന്നുള്ളൂ.

ദുരിതാശ്വാസ പ്രവർത്തനങ്ങളിൽ സജീവമായി പങ്കാളികളായിക്കൊണ്ടിരിക്ക

കൂക്കോട്ട് ഇബ്രാഹിം

മ്പോഴും 42-43 കാലത്ത് ഭക്ഷ്യോൽപ്പാദനം വർദ്ധിപ്പിക്കാനുള്ള പ്രവർത്തനങ്ങൾക്കും കർഷക സംഘം പദ്ധതി തയ്യാറാക്കി. തരിശു ഭൂമിയിൽ പ്രവേശിച്ച് കൃഷി ചെയ്യുന്ന സമരം, പുനം കൃഷി നടത്താൻ മലയോര ഭൂമിയിൽ പ്രവേശിക്കുന്ന സമരം... ഇതൊക്കെ അതിന്റെ ഭാഗമാണ്. യുദ്ധം അവസാനിച്ചിട്ടും യുദ്ധകാ ലത്തെന്നതു പോലെ കരിഞ്ചന്തയും പൂഴ്ത്തിവെപ്പും ഭക്ഷ്യക്ഷാമവും തുടർന്നു. അതിന് പരിഹാരം കാണാൻ കിസാൻ സഭയും കമ്മ്യൂണിസ്റ്റ് പാർട്ടിയും കോൺഗ്രസ്സും പരിശ്രമിച്ചു. കെ പി സി സി പ്രസിഡന്റായ കെ. കേളപ്പൻ പ്രകാശം മന്ത്രിസഭയെക്കൊണ്ട് ഭക്ഷ്യവസ്തുക്കൾ ന്യായവില ഷാപ്പുകൾ വഴി വിതരണം ചെയ്യുന്നതിനുള്ള പി സി സി സൊസൈറ്റി(പ്രൊഡ്യൂസേഴ്സ് ആന്റ് കൺസ്യൂമേഴ്സ് കോ-ഓപ്പ റേറ്റിവ് സൊസൈറ്റി)കൾ രൂപീകരിക്കുന്നതിനുള്ള ഒരു പദ്ധതി അംഗീകരിപ്പിച്ചു. മിച്ച നെല്ല് കൃഷിക്കാർ പാലക്കാടൻ പറയ്ക്ക് 2 രൂപ അഞ്ചണ നിരക്കിൽ അളക്കണമെന്നായിരുന്നു വ്യവസ്ഥ. കമ്മ്യൂണിസ്റ്റ് പാർട്ടിയും പി സി സി സൊസൈറ്റികൾ സംഘടിപ്പിക്കുന്ന കാര്യത്തിൽ വളരെയധികം സഹായിച്ചു. പയ്യന്നൂർ, നീലേശ്വരം ഫർക്കകളിലെ പി സി സി സൊസൈറ്റി രൂപീകരണത്തിന് നേതൃത്വം നൽകിയത് പ്രധാനമായും കെ. വി. കുഞ്ഞിക്കണ്ണനാണ്.

മൊറാഴ കേസിൽ പ്രതികളായിരുന്ന എ. വി. . കുഞ്ഞമ്പുവിന്റെയും സുബ്രഹ്മണ്യ ഷേണായിയുടെയും മോചനത്തിന് വേണ്ടി പയ്യന്നൂർ ഫർക്കയിൽ ഒരു ബഹുജന പ്രസ്ഥാനം തന്നെ വളർത്തിക്കൊണ്ടു വന്നി രുന്നു. 1945 ഫെബ്രുവരി 11 ന് കരിവെള്ളൂരിൽ വെച്ച് നടന്ന കർഷക സമ്മേളനം ഒളിവിലായിരുന്ന എ. വി. യുടെ പേരിൽ സ്ഥാപിച്ച 'എ. വി. നഗർ' എന്ന പന്തലിൽ ആയിരുന്നു.

ആഗസ്റ്റ് പ്രമേയവും
കർഷക സമരങ്ങളും

1940 സപ്തംബർ 15 ന്റെ മൊറാഴ സമരത്തിനും അതിന്റെ പേരിൽ ചാർജ്ജ് ചെയ്ത കേസിനും ശേഷം കരിവെള്ളൂരിന്റെ രാഷ്ട്രീയ- സാമൂഹ്യ ജീവിതത്തിൽ അഞ്ചു വർഷം നീണ്ട ഒരു അസാന്നിദ്ധ്യത്തിന്റെ വിടവുണ്ട്. കരിവെള്ളൂരിന്റെ എക്കാലത്തെയും പ്രിയപ്പെട്ട നേതാവ് എ. വി. യുടെ ദീർഘമായ ഒളിവു ജീവിതമായിരുന്ന 1940 മുതൽ. മൊറാഴ, കാന്തൽ, ബക്കളം, മുഴക്കോം, പുലിയന്നൂർ, കയ്യൂർ തുടങ്ങിയ ഒളിവു കേന്ദ്രങ്ങൾ പിന്നിട്ടാണ് അദ്ദേഹം ആലപ്പുഴയിൽ എത്തുന്നത്. പുന്നപ്ര-വയലാർ സമരങ്ങളുടെ അണിയറ പ്രവർത്തന ങ്ങളുടെ കാലത്ത് കാഡർമാരെ കണ്ടെത്തുന്നതിലും വളർത്തിയെടു ക്കുന്നതിലും എ. വി. വലിയ സംഭാവനകൾ നൽകിയിട്ടുണ്ട്. പിന്നീട് അന്തിക്കാട്ടേക്കും 1946 ൽ മുളിയാറിലേക്കുമാണ് അദ്ദേഹം എത്തിയത്. മുളിയാറിൽ ബി. വി. കുഞ്ഞമ്പുവിന്റെ വീട്ടിലാണ് ഒളിവിൽ കഴിഞ്ഞത്. 1946 ജൂൺ 20 ന് തന്റെ വീട്ടിൽ വന്ന് എ. വി. കുഞ്ഞമ്പു സംസാരിച്ച പോയി എന്ന് എ സി കണ്ണൻ നായർ തന്റെ ഡയറിയിൽ രേഖപ്പെട്ട ത്തിയിട്ടുണ്ട്. 1946 ജൂലായ് മാസത്തിലാണ് വാറന്റ് പിൻവലിച്ചതിനെ ത്തുടർന്ന് എ. വി. . കുഞ്ഞമ്പു കരിവെള്ളൂരിൽ തിരിച്ചെത്തിയത്. അഞ്ചു വർഷത്തെ ഇടവേളയ്ക്കു ശേഷം നാട്ടിലെത്തിയ എ. വി.യെ അത്യധി കമായ ആഹ്ലാദത്തോടെയും ആവേശത്തോടെയുമാണ് ജനങ്ങൾ സ്വീകരിച്ചത്. പോറ്റമ്മയായ അയിത്തല കുഞ്ഞാക്കമ്മയും മക്കളമ ല്ലാതെ ബന്ധുക്കളായി മറ്റാരും എ. വി.ക്കുണ്ടായിരുന്നില്ല. ഒരാഴ്ച

അവിടെ താമസിച്ച ശേഷം അദ്ദേഹം വീണ്ടും ആലപ്പഴയ്ക്ക് പോയി. തിരിച്ച വരുമ്പോൾ ഒളിവു ജീവിത കാലത്ത്, 1943 ജൂൺ 23 ന് തന്റെ ജീവിത സഖിയാക്കിയ കമ്മ്യൂണിസ്റ്റ് പാർട്ടി പ്രവർത്തകയും മഹിളാ പ്രസ്ഥാനത്തിന്റെ സ്ഥാപക നേതാക്കളിൽ ഒരാളമായ പുന്നപ്രയിലെ കെ. ദേവയാനിയും ഒപ്പമുണ്ടായിരുന്നു. പിന്നീട്ടുള്ള തന്റെ ജീവിതത്തിലെ ദുരിതക്കടൽ താണ്ടുവാനുള്ള സാഹസികതയും സഹനശേഷിയുമാണ് എ. വി. തന്റെ ജീവിത സഖാവിൽ കണ്ടിരുന്നത്. പാർട്ടി പ്രവർത്തകരും നേതാക്കളമായ പല സഖാക്കളുടെയും വീടുകളിൽ താമസിച്ച് എ. വി. യോടൊപ്പം ദേവയാനിയും രാഷ്ട്രീയ പ്രവർത്തനം തുടർന്നു.

1943 മെയ് 23 മുതൽ ജൂൺ 1 വരെ ബോംബേയിൽ ചേർന്ന ഒന്നാം പാർട്ടി കോൺഗ്രസ്സ് സാർവ്വദേശീയതയ്ക്കാണ് ഊന്നൽ നൽകിയത്. അതുകൊണ്ട് ക്വിറ്റ് ഇന്ത്യ സമരത്തോടുള്ള എതിർപ്പും ജനകീയ യുദ്ധ നയവും ജനങ്ങൾക്കിടയിൽ സൃഷ്ടിച്ച ഒറ്റപ്പെടലിന് 1946 ഓടെയാണ് ഇളവ് വന്നത്. ആ നയം 1946 ൽ തന്നെ പാർട്ടി തിരുത്തി. 'ആത്യന്തിക സമരത്തിലേക്ക് മുന്നേറുക' എന്ന ശീർഷകത്തിൽ 1946 ആഗസ്റ്റ് 5 ന്റെ പ്രമേയം പ്രഖ്യാപിക്കപ്പെട്ടതോടെ കമ്മ്യൂണിസ്റ്റ് പാർട്ടി ബഹുജന സമരങ്ങളുടെ മുൻപന്തിയിലെത്തി. 1946 ലെ കർഷക സമരങ്ങൾ ഇന്ത്യൻ സ്വാതന്ത്ര്യ സമര ചരിത്രവുമായി എങ്ങനെയാണ് കണ്ണിചേർ ക്കപ്പെട്ടിരിക്കുന്നത് എന്നതിൽ ഇപ്പോഴും സംശയാലുക്കളായവർ ഈ ആഗസ്റ്റ് പ്രമേയം ഒന്ന് മനസ്സിരുത്തി വായിച്ച നോക്കിയാൽ മതി. സ്വാതന്ത്ര്യത്തിനായുള്ള സാമ്രാജ്യത്വ വിരുദ്ധ പ്രക്ഷോഭത്തിന്റെ 'അവസാനത്തെ അടി' എന്നാണ് ഈ ബഹുജന സമരങ്ങളെ പ്രമേയം

എ. വി. സ്മാരകം

കണിച്ചവീട്ടിൽ കൃഷ്ണൻ നായർ

വിശേഷിപ്പിക്കുന്നത്. ഈ പ്രമേയമാണ് പുന്നപ്ര- വയലാർ സമരം, കരിവെള്ളൂർ സമരം, കാവുമ്പായി സമരം, തെലങ്കാന സമരം, ആസ്സാമിലെ സുരമാവാലിയിലെ സമരം, ത്രിപുര ഗിരി വർഗ്ഗക്കാരുടെ സമരം, ബംഗാളിലെ തേഭാഗ സമരം അടക്കമുള്ള കർഷകപ്പോരാട്ടങ്ൾക്ക് സാമ്രാജ്യത്വ വിരുദ്ധ രാഷ്ടീയത്തിന്റെ കൃത്യമായ ദിശാബോധം പകർന്ന നൽകു ന്നത്. റോയൽ ഇന്ത്യൻ നേവിയിൽ നടന്ന കലാപം, വ്യോമസേനയിലെ പണിമുടക്ക്, 1946 ജൂലായ് 10 മുതൽ 25 ദിവസം നടന്ന പോസ്റ്റ് ആൻഡ് ടെലഗ്രാഫ് പണിമുടക്ക്, റെയിൽവെയിൽ ഗോൾഡൻ റോക്കിലെ പിരിച്ച വിടലിനെതിരായി ഒരു മാസം നീണ്ട നിന്ന സമരം, ബീഡി- ചുരുട്ട് തൊഴിലാളി സമരം, പാപ്പിനിശ്ശേരി ആറോൺ മിൽ തൊഴിലാളി സമരം ഇങ്ങനെ ഇന്ത്യയൊട്ടാകെ വർഗ്ഗ സംഘടനകളുടെ സമര പരമ്പരകൾ കൊണ്ട് മുഖരിതമായി.

1946 നവംബർ 16 നാണ് കർഷക സംഘവും കമ്മ്യൂണിസ്റ്റ് പാർട്ടിയും ചേർന്ന് മലബാർ ഭക്ഷ്യ സമ്മേളനം സംഘടിപ്പിച്ചത്. ഇ. എം. എസ്സും പി. കൃഷ്ണപ്പിള്ളയും എ. കെ. ജിയുമാണ് സമ്മേളനത്തിൽ പ്രസംഗിച്ചത്. 'മിച്ച നെല്ല് സ്റ്റോറിൽ അളക്കുക'. 'കരിഞ്ചന്തയും പൂഴ്ത്തി വെപ്പും കർശനമായി തടയുക' എന്നീ രണ്ട് മുദ്രാവാക്യങ്ങൾ കോഴിക്കോട് സമ്മേളനം മുന്നോട്ട വെച്ചു. ഈ ആഹ്വാനം നടപ്പിലാക്കുവാൻ മുഴുവൻ പ്രവർത്തകത്വം ഒറ്റക്കെട്ടായി രംഗത്തിറങ്ങി.

കരിവെള്ളൂർ ഭക്ഷ്യ ധാന്യങ്ങളുടെ കാര്യത്തിൽ ഒരു കമ്മി പ്രദേശമാ ണ്. അന്നത്തെ എട്ട് ഔൺസ് റേഷൻ നിരക്കനുസരിച്ച് ആകെ നാല് മാസത്തേക്ക് വിതരണം ചെയ്യാനുള്ള നെല്ല് മാത്രമാണവിടെ കൃഷി ചെയ്യുണ്ടാക്കുന്നത്. ഭൂമി മഹാഭൂരിപക്ഷവും ചിറക്കൽ കോവിലകത്തി ന്റേതാണ്. മിച്ച പ്രദേശങ്ങളായ എരമം, രാമന്തളി, കണ്ണപുരം, കോല ത്തുവയൽ തുടങ്ങിയ സ്ഥലത്തെ കൃഷിഭൂമി എല്ലാം കോവിലകത്തിന് അവകാശപ്പെട്ടതാണ്. എന്നിട്ടും കരിവെള്ളൂരിലെ വാരവും പാട്ടവുമായി പിഴിഞ്ഞൂറ്റുന്ന നെല്ല് ഇവിടെ നിന്നും കടത്തിക്കൊണ്ടുപോകണമെന്നാ ണ് ചിറക്കൽ കോവിലകം തീരുമാനിച്ചത്. യുദ്ധം സൃഷ്ടിച്ച വിലക്കയറ്റ വും ഭക്ഷ്യക്ഷാമവും പൂഴ്ത്തിവെപ്പും കരിഞ്ചന്തയും പകർച്ച വ്യാധികളും അത്രമേൽ ജനജീവിതം ദുസ്സഹമായാക്കിയത കൊണ്ട് ചിറക്കൽ

ക്ലേരിക്കാരൻ കുഞ്ഞമ്പു

കോവിലകത്തേക്കുള്ള വാരം-പാട്ടം വക നെല്ല് കരിവെള്ളൂരിൽ നിന്നും കൊണ്ടു പോകാതെ പി സി സി സ്റ്റോറിൽ അളന്ന് പണം വാങ്ങി പോകണമെന്നാണ് എ. വി. യുടെ നേതൃത്വത്തിൽ കർഷക സംഘം പ്രവർത്തകർ ചിറക്കൽ കോവിലകത്തോട് ആവശ്യപ്പെട്ടത്. ആരും വാരം നെല്ലായി കൊടുക്കരുതെന്നും പകരം പണമായി മാത്രം നൽകണമെന്നും കൃഷിക്കാരോട് വീട്ടു വീടാന്തരം കയറി കർഷക സംഘം പ്രവർത്തകർ ബോദ്ധ്യപ്പെടുത്തിയിരുന്നു. എ. വി. കുഞ്ഞമ്പു, പി. കുഞ്ഞിരാമൻ, കെ.

കൃഷ്ണൻ മാസ്റ്റർ, കരയാപ്പള്ളി കണ്ണൻ, കെ. വി. കുഞ്ഞിക്കണ്ണൻ, കെ. വി. സദാനന്ദ പൈ, പുഞ്ചക്കര കുഞ്ഞിരാമൻ, കണിച്ച വീട്ടിൽ കൃഷ്ണൻ നായർ, ക്ലേരിക്കാരൻ കുഞ്ഞമ്പു തുടങ്ങിയവരെല്ലാം ഈ സ്ക്വാഡ് പ്രവർത്തനത്തിന് നേതൃത്വം നൽകി. പക്ഷേ, സമ്മർദ്ദത്തിനും ഭീഷണി ക്കും മുന്നിൽ കൃഷിക്കാർക്ക് പിടിച്ചു നിൽക്കാൻ കഴിഞ്ഞില്ല. ചിറക്കൽ രാജാവിന്റെ തന്ത്രം വിജയിപ്പിക്കാൻ കാര്യസ്ഥന്മാരും കോവിലകം സിൽബന്തികളും കച്ച കെട്ടിയിറങ്ങി. എല്ലാവരും പണത്തിനു പകരം നെല്ല് തന്നെ കാര്യസ്ഥന്മാരെ ഏൽപ്പിച്ചു. അങ്ങനെ നെല്ല് മുഴുവൻ കുണിയനിലെ കളപ്പുരയിൽ എത്തി എന്നു കണ്ടപ്പോൾ അത് കടത്തി ക്കൊണ്ടു പോകരുതെന്നും അവിടെയുള്ള സ്റ്റോറുകൾ വഴി പട്ടിണി കിടക്കുന്ന നാട്ടുകാർക്ക് ന്യായവിലയ്ക്ക് വിതരണം ചെയ്യണം എന്നുമായി കർഷക സംഘത്തിന്റെ ആവശ്യം.

പട്ടിണിയിലും കോളറയിലും ഒരു ജനത ചത്തൊടുങ്ങുമ്പോഴും ഈ ആവശ്യങ്ങൾക്കൊന്നും ചിറക്കൽ തമ്പുരാൻ വഴങ്ങിയില്ല. നെല്ല് കടത്തിക്കൊണ്ടുപോകുന്നതിന് തന്നെ സഹായിക്കണമെന്ന് എല്ലാ സമുദായ സ്ഥാനങ്ങളിലേക്കും തമ്പുരാൻ തരുകുകൾ അയച്ചു. ഒരിക്കൽ നെല്ല് കടത്തിക്കൊണ്ടുപോകാൻ രഹസ്യമായി നടത്തിയ ശ്രമത്തെ പ്ര വർത്തകർ ഇടപെട്ട് തടഞ്ഞു. അതോടെ വലിയ സായുധ ശക്തിയുടെ സഹായത്തോടെ മാത്രമേ തങ്ങളുടെ ലക്ഷ്യം നിറവേറ്റാൻ കഴിയൂ എന്ന് കോവിലകത്തിനും ബോദ്ധ്യമായി. നെല്ല് കടത്തിക്കൊണ്ടുപോകണമെ ന്ന ശാഠ്യത്തിൽ നിന്നും ചിറക്കൽ തമ്പുരാനെ പിന്തിരിപ്പിക്കുന്നതിന് ഒരിക്കൽ അദ്ദേഹത്തിന്റെ പ്രതിയോഗിയും പിൽക്കാലത്ത് ആശ്രിതന മായിത്തീർന്ന വങ്ങാട്ട് നാരായണൻ ഉണിത്തിരിയെക്കൊണ്ട് സമ്മർദ്ദം

ചെല്വത്തിക്കുന്നതിന് വേണ്ടി എ. വി, പി. കുഞ്ഞിരാമൻ, കെ. കൃഷ്ണൻ മാസ്റ്റർ എന്നിവരുടെ നേതൃത്വത്തിൽ ആയിരങ്ങളെ അണി നിരത്തി ഒരു ജാഥ വങ്ങാട്ട് മഠത്തിലേക്ക് മാർച്ച് ചെയ്തു,

വളരെ സമാധാനപരമായി പ്രശ്നം പരിഹരിക്കാൻ ഏതറ്റം വരെ പോകാനും കർഷക സംഘം തയ്യാറായിരുന്നു. 1946 ഡിസംബർ 10 ന് ഇതേ ആവശ്യമുന്നയിച്ച് ഒരു ജാഥ സാക്ഷാൽ ചിറക്കൽ കോവിലക ത്തേക്ക് മാർച്ച് ചെയ്തു. സന്ധിക്ക വേണ്ടിയുള്ള എല്ലാ സാദ്ധ്യതകളും ഇറന്നു വെച്ചുകൊണ്ടാണ് സമരത്തിന്റെ ഗതിക്രമം. വാരം നെല്ലായി പിരിക്കരുതെന്നും പകരം തുല്യമായ പണം വാങ്ങി തൃപ്തിപ്പെടണ മെന്നും ചിറക്കൽ കോവിലകത്തോട് ആവശ്യപ്പെടുന്ന ആദ്യഘട്ടം. ആരും വാരവും പാട്ടവുമായി നെല്ല് അളക്കരുതെന്ന് കൃഷിക്കാരെ ബോദ്ധ്യപ്പെടുത്തുന്ന ഘട്ടം കൂടിയാണിത്. മർദ്ദനവും ഭീഷണിയും ഉപയോഗിച്ച് പിരിച്ചെടുത്ത നെല്ല് കടത്തിക്കൊണ്ടുപോകരുതെന്ന് അഭ്യർത്ഥിക്കുന്ന രണ്ടാം ഘട്ടം. എല്ലാ പൊതുകാര്യ പ്രസക്തരായ പ്രമുഖരെയും ഇടപെടുവിച്ച് ഒത്തുതീർപ്പിനുള്ള ശ്രമം കൂടിയാണ് ഇത്. എല്ലാ പരിശ്രമങ്ങളും പരാജയപ്പെട്ടു. ഒരു ജനതയുടെ ക്ഷമാപൂർവ്വമായ കാത്തിരിപ്പിനെയും ആത്മാഭിമാനത്തെയും ചവിട്ടിത്തേക്കുകയായിരു ന്നു ചിറക്കൽ കോവിലകം. 1946 ഡിസംബർ 10 ന്റെ ജാഥ അവസാന ശ്രമമായിരുന്നു. എ. വി. കുഞ്ഞമ്പു, പി. അച്യുതൻ അടിയോടി(പെരളം), എം. വി. ചിണ്ടൻ, പുതിയടത്ത് കുഞ്ഞമ്പു മണിയാണി, പി. പികോരൻ പണിക്കർ, എം. പി. കണ്ണൻ, വി. വെളുത്തമ്പു മാസ്റ്റർ, വട്ട്യൻ വീട്ടിൽ കണ്ണൻ (പലിയേരി), കണിശൻ കുഞ്ഞമ്പു, ച്ചെരിക്കാടൻ അമ്പു (പെരളം), കൊല്ലൻ രാമൻ (ചീറ്റ), പനക്കൂൽ അമ്പു (പലിയേരി), , മണക്കാട് അമ്പു, കരിമ്പിൽ ചിണ്ടൻ, തേത്രുവൻ കുഞ്ഞിരാമൻ നായർ, വി. വി. കുഞ്ഞമ്പു സറാപ്പ്, കണ്യാട്ട് ഗോവിന്ദൻ നായർ, കെ. വി. കുഞ്ഞിക്ക ണ്ണൻ, പെരിയാടൻ നാരായണൻ നായർ, എൻ. പി. മുകുന്ദൻ മാസ്റ്റർ, പുതിയടത്ത് രാമൻ, കടിഞ്ഞിയിൽ കുഞ്ഞിരാമൻ നായർ, വെളിച്ചന്തോ ട്ട് കണ്ണൻ എഴുത്തച്ചൻ, കമ്മാടത്ത് രാമൻ, പുഞ്ചക്കര കുഞ്ഞിരാമൻ തുടങ്ങിയവരൊക്കെ ഈ വൻ ജാഥയിൽ ഉണ്ടായിരുന്നു. ചിറക്കൽ രാജാവിനെ കണ്ട് നിവേദനം നൽകി. കാര്യങ്ങൾ പരമാവധി ബോധ്യ പ്പെടുത്തി. പക്ഷേ എല്ലാം ബധിര കർണ്ണങ്ങളിൽ എന്നതുപോലെയാണ് പതിച്ചത്. നെല്ല് കടത്തിക്കൊണ്ടുപോകണമെന്ന തന്നെ ചിറക്കൽ തമ്പുരാൻ തീരുമാനിച്ചിരുന്നു. തന്റെ ഉടമസ്ഥതയിലുള്ള ക്ഷേത്രങ്ങളുടെ ആവശ്യത്തിനായി കരിവെള്ളൂരിലെ കളപ്പുരയിൽ സ്പ്രക്ഷിച്ചിരുന്ന 1500 പറ നെല്ല് കടത്തിക്കൊണ്ടുപോകാൻ അനുവാദം തരണമെന്ന് ചിറക്കൽ താലൂക്ക് സപ്പെ ഓഫീസർ രാഘവൻ നായർക്ക് തമ്പുരാൻ

വി. വി. കുഞ്ഞമ്പു

കത്ത് നൽകി. ജനങ്ങൾ വിശന്നു മരിക്കുന്ന നാട്ടിൽ നിന്നും നെല്ല് കടത്തിക്കൊണ്ടു പോകുന്നതിനു വേണ്ടി ദൈവത്തെ കൂടി കൂട്ടുപിടിച്ചത് ഇക്കാര്യത്തിലെ തമ്പുരാന്റെ വക്രബുദ്ധിയാണ് വെളിപ്പെടുത്തുന്നത്.

കരിഞ്ചന്തയ്ക്കും പൂഴ്ത്തിവെപ്പിനുമെതി രായ വികാരവും സമരവും പയ്യന്നൂർ ഫർക്ക യിലാകെ ആളിക്കത്താൻ തുടങ്ങിയിരുന്നു. കാങ്കോലിൽ നിന്ന് ജന്മിയുടെ നെല്ലുമായി വന്ന സംഘത്തെ തടഞ്ഞു നിർത്തി നെല്ല് പിടിച്ചെടുത്തു. കണ്ടോത്ത് വായനശാലയിൽ സൂക്ഷിച്ചു. ജന്മി പോലീസ് സഹായത്തോടെ വന്നു നെല്ല് വീണ്ടെടുത്തു. മാതമംഗലത്തും കരിഞ്ചന്ത നെല്ല് തടഞ്ഞു. പോലീസും ഉദ്യോഗസ്ഥരും കരിഞ്ചന്തയും പൂഴ്ത്തിവെപ്പും തടയുന്നതിന് പകരം അതിനെ ചെറുക്കുന്ന പാവപ്പെട്ട കർഷക സംഘം പ്രവർത്ത കരെ മർദ്ദിക്കുകയാണ് ചെയ്തത്. കാങ്കോൽ ഭാഗത്ത് റെയിഡിനിറ ങ്ങിയ പോലീസ് ഒരു ഗർഭിണിയെയാണ് മർദ്ദിച്ചത്. 1946 ഡിസംബർ 17 ന് ഏരമത്ത് ഒരു സമുദായക്കുറി നടക്കുന്ന സ്ഥലത്ത് റേഷനിങ് ഇൻസ്പെക്ടറും പർച്ചേസിങ് ഇൻസ്പെക്ടറും ചേർന്ന് റെയിഡ് ചെയ്ത് കേസെടുത്തു. അറിഞ്ഞെത്തിയവർ സംഘടിച്ചു. ജനക്കൂട്ടം പർച്ചേസിങ് ഇൻസ്പെക്ടറുടെ ചെവി അറുത്തു മാറ്റി. വൻ പോലീസ് വ്യൂഹം ഏരമ ത്തേക്ക് പുറപ്പെട്ടു. കയ്യിൽ കിട്ടിയ ആയുധങ്ങളുമായി ജനങ്ങളും അവി ടെയെത്തി. അതൊരു വൻ ജനക്കൂട്ടമായിരുന്നു. പിന്നീട് ഭവിഷ്യത്തുകൾ മനസ്സിലാക്കി പോലീസ് മടങ്ങുകയായിരുന്നു.

നെല്ല് കടത്തിക്കൊണ്ടുപോകാൻ എം എസ് പി സംഘം എന്തായാലും എത്തുമെന്ന് എല്ലാവർക്കും ഉറപ്പായിരുന്നു. അങ്ങനെ വന്നാൽ അത് തടയണമെന്നും എന്ത് വിലകൊടുത്തും നാടിന്റെയും പ്രസ്ഥാനത്തിന്റെയും അഭിമാനം സംരക്ഷിക്കണമെന്നും നേതാക്കൾ തന്നെ വീടുകൾ തോറും കയറി പ്രചാരണം നടത്തി. എ. വി, പി. കുഞ്ഞിരാമൻ, കെ. കൃഷ്ണൻ മാസ്റ്റർ, കെ. വി. സദാനന്ദ പൈ, കെ. വി. കുഞ്ഞിക്കണ്ണൻ, പുഞ്ചക്കര കുഞ്ഞിരാമൻ, കരയാപ്പള്ളി കണ്ണൻ, കൂലേരിക്കാരൻ കുഞ്ഞമ്പു, കണിച്ചവീട്ടിൽ കൃഷ്ണൻ നായർ എന്നിവ രാണ് ഇതിന് നേതൃത്വം നൽകിയത്. പട്ടാളത്തിൽ നിന്ന് പിരിഞ്ഞവ രായ കണിച്ച വീട്ടിൽ കൃഷ്ണൻ നായരും കൂലേരിക്കാരൻ കുഞ്ഞമ്പുവും പലിയേരി രാഘവൻ നായരും പോലീസ് വെടിവെപ്പുണ്ടായാൽ വേണ്ട

മുന്നൊരുക്കങ്ങൾക്ക് പരിശീലനം നൽകി. മണ്ണിൽ കമിഴ്ന്നു കിടന്ന കൈമുട്ടിൽ മുന്നോട്ട് ഇഴയുക, കവണയും കല്ലും കൊണ്ട് പോലീസിനെ എറിഞ്ഞോടിക്കുക തുടങ്ങിയ പരിശീലനമാണ് അവർ പ്രവർത്തകർക്ക് നൽകിയത്.

എങ്ങും ചെറിയ ചെറിയ യോഗങ്ങളും കൂടിയാലോചനകളും... വരാനിരിക്കുന്ന ദിവസങ്ങളുടെ സംഘർഷം മുറ്റി നിൽക്കുന്ന മുഖങ്ങൾ. ഒന്നുകിൽ വിജയം അല്ലെങ്കിൽ മരണം എന്ന മുദ്രാവാക്യത്തിലേക്ക് ഒരു നാടാകെ മുന്നേറുകയായിരുന്നു.

1946 ഡിസംബർ 16 ന് വൈകുന്നേരം കരിവെള്ളൂർ പള്ളിക്കൊവ്വലി നടുത്തുള്ള സെൻട്രൽ എൽ പി സ്കൂളിൽ വെച്ച് മുന്നൂറിലധികം പേർ പങ്കെടുത്ത ഒരു യോഗം നടന്നു. സാഹചര്യങ്ങൾ മുഴുവൻ യോഗം വില യിരുത്തി. അധികം നീണ്ട പ്രസംഗങ്ങളില്ല. കാര്യമാത്ര പ്രസക്തമായ അറിയിപ്പുകൾ മാത്രം. ചർച്ചകൾ ക്രോഡീകരിച്ചുകൊണ്ട് സഖാവ് എ. വി. കുഞ്ഞമ്പു ഇങ്ങനെ പ്രഖ്യാപിച്ചു.

'നമ്മുടെ ജനങ്ങൾ പട്ടിണി കിടന്ന് ഇഞ്ചിഞ്ചായി മരിക്കുകയാണ്. നമ്മൾ ഉൽപ്പാദിപ്പിച്ച നെല്ല് ന്യായ വിലയ്ക്ക് ഇവിടെത്തന്നെ വിതരണം നടത്തണമെന്ന് മാത്രമാണ് നമ്മുടെ ആവശ്യം. പക്ഷേ അധികാര ത്തിന്റെയും സമ്പത്തിന്റെയും അഹന്ത മൂത്ത് ഈ കരിവെള്ളൂരിലെ ജനങ്ങളെ പട്ടിണിക്കിട്ട് നെല്ല് കടത്തിക്കൊണ്ടുപോകാനാണ് ചിറക്കൽ തമ്പുരാന്റെ ഭാവമെങ്കിൽ ഈ മണ്ണിൽ ചിതറിക്കിടക്കുന്ന നമ്മുടെ ശവശരീരങ്ങളിൽ ചവിട്ടിക്കൊണ്ട് മാത്രമേ അതിന് അവർക്ക് കഴിയുകയുള്ളൂ. '

നെല്ല് കടത്താൻ വരുന്ന ചിറക്കൽ കോവിലകത്തിന്റെ സംഘത്തെയും എം എസ് പിയെയും തെക്കോട്ട് പുഴയിലേക്ക് ഓടി ക്കണമെന്നായിരുന്ന സമരതന്ത്രം. വടക്ക് നിന്ന് എ. വി. കുഞ്ഞമ്പു വിന്റെയും കെ. കൃഷ്ണൻ മാസ്റ്ററുടെയും നേതൃത്വത്തിലും കിഴക്ക് നിന്ന് പി കുഞ്ഞിരാമന്റെയും കെ. വി. കുഞ്ഞിക്കണ്ണന്റെയും നേതൃത്വത്തിലും രണ്ടു ബാച്ചുകൾ കുണിയൻ പുഴയുടെ കരയിലേക്ക് മാർച്ച് ചെയ്യ ണമെന്നായിരുന്ന തീരുമാനം. കരിവെള്ളൂർ ആ ദിവസത്തിനായി കാത്തിരുന്നു.

1946 ഡിസംബർ 20
ചരിത്രം ചോരയായ് പെയ്ത നാൾ

കരിവെള്ളൂരിനെ കേരളത്തിന്റെയും ഇന്ത്യയുടെയും കർഷക സമര ചരിത്രത്തിലെ രക്ത സ്നാതമായ അദ്ധ്യായമാക്കിത്തീർത്ത ദിനമാണ് 1946 ഡിസംബർ 20 വെള്ളിയാഴ്ച. അന്ന് ധനുമാസം അഞ്ചാം തീയ്യതി ആയിരുന്നു. കരിവെള്ളൂരിന്റെ തെക്കേ അറ്റത്തുള്ള കുണിയൻ പുഴയുടെ കരയിലെ കളപ്പുരയിൽ, കൃഷിക്കാരിൽ നിന്നും വാരവും പാട്ടവുമായി ശേഖരിച്ച് സൂക്ഷിച്ചിരുന്ന 1500 പറ നെല്ല് ചിറക്കലേക്ക് കടത്തിക്കൊണ്ടുപോകാൻ ചിറക്കൽ രാജാവിന്റെ അഭ്യർത്ഥനയനുസരിച്ച് 22 പേർ വീതമുള്ള രണ്ട് പ്ലാറ്റൺ എം എസ് പിയും അതിന്റെ തലവന്മാരായ രണ്ട് ജമേദാർമാരും പയ്യന്നൂർ സബ്ബ് ഇൻസ്പെക്ടറും ഒരു ഹെഡ് കോൺസ്റ്റബിളും അടക്കം 48 പേർ പയ്യന്നൂർ സ്റ്റേഷനിൽ നിന്ന് രാവിലെ 7 മണിക്കാണ് കാൽന ടയായി പുറപ്പെട്ടത്. പാലത്തര വഴി അവർ കുണിയൻ പുഴക്കരയിൽ എത്തുമ്പോൾ നേരം രാവിലെ 9 മണിയായിക്കാണും. പുഴയിൽ രണ്ട് വലിയ ചീന(വള്ളം)കൾ ഒരുക്കി നിർത്തിയിരുന്നു. ഒപ്പം വളപട്ടണത്തു നിന്നും എത്തിയ ഒമ്പത് ചുമട്ടുകാരായ ഖലാസികൾ. മൂന്ന് ഉഴച്ചില്ലുകാർ, ചിറക്കൽ കോവിലകം വക 4 കാര്യസ്ഥന്മാർ. എല്ലാം കൂടി 64 പേർ അടങ്ങിയ നെല്ല് കടത്തൽ സംഘം.

കോറോത്ത് പോയി മടങ്ങി വരികയായിരുന്ന പൊന്നൻ കുമ്പ യാണ് എം എസ് പി ക്കാർ എത്തിയ വിവരം ആദ്യമായി കൃഷ്ണൻ മാസ്റ്ററെ അറിയിക്കുന്നത്. കൃഷ്ണൻ മാസ്റ്റർ എ. വി. യുടെ വീട്ടിലെത്തി.

എ. വി. കുഞ്ഞമ്പു

കെ. കൃഷ്ണൻ മാസ്റ്റർ

രണ്ടു ദിവസമായി കടുത്ത പനി ബാധിച്ച് അവശനായിരുന്ന എ. വി. പള്ളിക്കൊവ്വലി ലേക്ക് മരുന്ന് വാങ്ങാൻ ഇറങ്ങിയതായിരു ന്നു. അവിടെ വെച്ച് വിവരം അറിഞ്ഞു. എ. വി. യും കൃഷ്ണൻ മാസ്റ്ററും കെ. വി. സദാനന്ദ പൈയും പരസ്പരം കണ്ടു. കരിവെള്ളൂരിന്റെ നാനാഭാഗത്തു നിന്നും ആളുകളെ വിളിച്ചുവ രുത്താൻ വേണ്ടി പ്രവർത്തകരെ അയച്ചു. എ. വി. നേരെ വീട്ടിലെത്തി. തന്റെ വാച്ചും പേനയും അഴിച്ച് ദേവയാനിയെ ഏൽപ്പിച്ച് അവസാന യാത്ര പറച്ചിലുമായി പടിയി റങ്ങി. എം. പി. കണ്ണനും കരയാപ്പള്ളി കണ്ണനും പരിസരത്തുള്ള വീട്ടുകളിലും പണി യിടങ്ങളിലും കയറിയിറങ്ങി ആളെയിറക്കി. നെല്ല് കടത്താൻ ചിറക്കൽ തമ്പുരാന്റെ ആൾക്കാർ എം എസ് പിയെയും കൂട്ടി വന്ന വാർത്ത കാട്ടുതീയുടെ വേഗതയിൽ ആളിപ്പടർന്നു. അറിഞ്ഞവർ മുഴുവൻ ഓടി ക്കൂടി. ഏറ്റവും മുന്നിൽ എ. വി. കുഞ്ഞമ്പു... തൊട്ടുപിന്നിലായി കൃഷ്ണൻ മാസ്റ്റർ... കെ. വി. സദാനന്ദ പൈ... ധൃതിയിൽ നടക്കുന്ന നേതാക്കളുടെ പിന്നിലായി ജനങ്ങൾ ഓടി യെത്തും. ചേന്തട്ട ചിരിയമ്മയുടെ പറമ്പിലെ

പണയിൽ കല്ലുകൊത്തുകയായിരുന്ന തിടിൽ കണ്ണൻ എം പി കണ്ണൻ പറഞ്ഞിട്ടാണ് വിവരം അറിഞ്ഞത്. കയനാടൻ ചിണ്ടനോടൊപ്പം ഉടു ത്ത പണിമുണ്ടും ഉടലാകെ വിയർപ്പും പെന്മണ്ണുമായി ഓടിക്കൂട്ടുകയായി രുന്ന ജാഥയിലേക്ക്. പുഞ്ചക്കര കുഞ്ഞിരാമൻ ഒരു കൂട്ടം യുവാക്കളെയും കൂട്ടി വഴിയിൽ കാത്തു നിൽക്കുകയായിരുന്നു. നേതാക്കളുടെ കൂടെ മുൻനിരയിൽ തന്നെ പുഞ്ചക്കരയും നടന്നു. പുതിയടത്ത് രാമനും തോട്ട ത്തിൽ കുഞ്ഞപ്പവും പഴയ പുരയിൽ കണ്ണനും കരുത്തുമ്മാട കൊടക്കൽ വീട്ടിൽ കുഞ്ഞിരാമൻ നായരുമെല്ലാം മുന്നണിയിൽ തന്നെ നടന്നു. കാത്തിരിക്കുന്നത് യന്ത്ര ത്തോക്കുകളുടെ തീ തുപ്പുന്ന കുഴലുകളാണെ ന്നും തുറിച്ച നോക്കുന്നത് മരണത്തിന്റെ കണ്ണുകളാണെന്നും അവർക്ക് അറിയാമായിരുന്നു. അതൊന്നും അവരെ പിന്തിരിപ്പിച്ചില്ല. ഒരു ജനത യുടെ ആത്മാഭിമാനത്തിന്റെ പോരാളികളായി അവർ യുദ്ധഭൂമിയിലേക്ക് കുതിച്ചു.

കെ. കെ. വി. രാമൻ നായർ

കരയാപ്പള്ളി കണ്ണൻ

കണിയനിലെ കളപ്പുരയുടെ മുന്നിൽ എത്തിയപ്പോൾ അവർ ഞെട്ടിക്കുന്ന ആ കാഴ്ച കണ്ടു. കരിവെള്ളരിലെ ആറായിരത്തോളം മനുഷ്യരുടെ പട്ടിണി മാറ്റേണ്ട 1500 പറ നെല്ല് ചാക്കുകളിലായി വളപട്ടണത്തെ ചുമട്ടുകാർ മുതുകിലേറ്റി ചീനയിലേക്ക് കടത്തുന്നു. ഒരു ജനതയുടെയും നാടിന്റെയും അഭിമാനബോധത്തിനേറ്റ ക്ഷതമായിരുന്നു അത്. പിന്നെ കേട്ടത് ജനക്കൂട്ടത്തിന്റെ ഒരു ഗർജ്ജനമാണ്. 'നെല്ല് കടത്തരുത്'

വെടിവെക്കാൻ സർവ്വ തയ്യാറെടുപ്പുമായി നിൽക്കുകയാണ് എം എസ് പിയും ജമേദാർ മാരും. ഇരച്ച കയറി വരുന്ന ജനക്കൂട്ടത്തെ തടുത്തു നിർത്താൻ അവർ കണ്ടെത്തിയ മാർഗ്ഗം ബലപ്രയോഗമാണ്. ഏറ്റവും മുന്നിൽ എം എസ് പി ഒന്നാം ദളത്തിന്റെ ജമേദാർ ഗോവിന്ദൻ നായർ. ജനക്കൂട്ടത്തിനെ സേന കീഴടക്കുന്നതിനു മുമ്പ് സേനയെ സ്തംഭിപ്പിക്കുകയേ മാർഗ്ഗമുള്ളൂ. എ. വി. ഒറ്റച്ചാട്ടത്തിന് എം എസ് പി ജമേദാർ ഗോവിന്ദൻ നായരുടെ കഴുത്തിൽ പിടിമുറുക്കി. രണ്ടുപേരും കെട്ടി മറിഞ്ഞു തറയിൽ വീണു. വീഴുമ്പോൾ

തന്നെ ഗോവിന്ദൻ നായർ അലറി. 'ചാർജ്ജ്'. കോൺസ്റ്റബിൾ വേലുപ്പിള്ളയും ജമേദാരും ചേർന്ന് ബയണറ്റ് കൊണ്ട് എ. വി. യെ തലങ്ങും വിലങ്ങും കുത്തി. എ. വി. യുടെ തലയിൽ നിന്നും ചോര കുട പോലെ മുകളിലേക്ക് ചീറ്റി. മുതുകിലും ചുമലിലും വലത്തു കയ്യിലും കഴുത്തിലുമെല്ലാം ബയണറ്റ് കുത്തിയിറക്കിയ മുറിവുകളിൽ നിന്നും ഒരു 'രക്തജലധാര' പോലെ രക്തം തെറിച്ചു ചീറ്റി. ചോരയിൽ കുളിച്ച് എ. വി. മൂർച്ഛിച്ച് വീണു. ആഴത്തിലുള്ള പതിനൊന്ന് മുറിവുകളായിരുന്നു എ. വി. യുടെ ശരീരത്തിൽ. കൃഷ്ണൻ മാസ്റ്ററുടെ മുഖത്ത് അവർ തോക്കിന്റെ പാത്തി കൊണ്ട് ആഞ്ഞടിച്ചു. പുതിയടത്ത് രാമനും ലാത്തിച്ചാർജ്ജിൽ സാരമായി പരിക്കേറ്റു. അവർ രണ്ടു പേരും ബോധരഹിതരായി ബയണറ്റ് ചാർജ്ജും ലാത്തിച്ചാർജ്ജും രൂക്ഷമായതോടെ കവണയും കല്ലുമായി ജനക്കൂട്ടം ചെറുത്തു നിൽപ്പ് തുടങ്ങി. ജമേദാർ ഫയറിംഗിനുള്ള ഉത്തരവിട്ടു. ആദ്യത്തെ വെടിയേറ്റ് 14 വയസ്സുകാരനായ കീനേരി കുഞ്ഞമ്പു തൽക്ഷണം

കെ. വി. കുഞ്ഞിക്കണ്ണൻ

മരിച്ച വീണു. കുണിയൻ കിഴക്കേ കുതിരിൽ പോത്തിനെ മേയ്ക്കാൻ പോയതായിരുന്നു. വെടിവെപ്പ് തുടങ്ങിയതോടെ കൈമുട്ടി ലിഴഞ്ഞും കമിഴ്ന്നു കിടന്നു നിരങ്ങിയും സഖാക്കൾ കല്ലേറ് ശക്തമാക്കി. തിടിൽ കണ്ണന് വയറ്റിലാണ് വെടി കൊണ്ടത്. അദ്ദേഹം കെ. വി. സദാനന്ദ പൈയുടെ പുറത്തേക്ക് മറിഞ്ഞു വീഴുകയായിരുന്നു. അന്ന് വൈകുന്നേരം ചീനയിൽ കിടന്ന് തിടിൽ കണ്ണൻ മരിച്ചു. വെടിവെപ്പ് തുടർന്നു കൊണ്ടേയിരുന്നപ്പോൾ ചെറുത്തു നിൽപ്പ് ക്രമേണ ദുർബലമായി. പഴയപുരയിൽ

കണ്ണന്റെ വലതു കാൽ മുട്ടിന് വെടിയേറ്റു. മുട്ടിന്റെ ഇരുഭാഗങ്ങളിലുമായി രണ്ടു മുറിവുകളുണ്ടായിരുന്നു. തോട്ടത്തിൽ കുഞ്ഞപ്പവിന്റെ ഇടതു കൈയ്ക്ക് വെടികൊണ്ടു. മൂന്ന് മുറിവുകളുണ്ടായിരുന്നു. സാഹസികനായിരുന്നു കെ കെ വി കുഞ്ഞിരാമൻ നായർ. വെടിവെപ്പിൽ ചിതറിപ്പോയ സഖാക്ക ളിൽ ചിലരെ കൂടെ കൂട്ടി മുദ്രാവാക്യം മുഴക്കി മുന്നോട്ടുടുക്കുകയായിരുന്നു അദ്ദേഹം. തോക്കിനും തീയുണ്ടകൾക്കും കീഴടങ്ങാത്ത ആ കഴുത്തിനു നേർക്കായിരുന്നു അടുത്ത വെടി. കഴുത്തു തുളച്ച വെടിയുണ്ട കടന്നുപോ യി. ചോരചീറ്റുന്ന കഴുത്തുമായി മുന്നോട്ടാഞ്ഞ അദ്ദേഹത്തിന്റെ വലത്തു നെഞ്ചിൽ വെടിയേറ്റ മറ്റൊരു മുറിവും ഉണ്ടായിരുന്നു. എന്നിട്ടും പൊലീ സിന് പിടി കൊട്ടുക്കാതെ രക്ഷപ്പെടുകയായിരുന്നു അദ്ദേഹം. പുഞ്ചക്കര കുഞ്ഞിരാമന്റെ നെഞ്ചിൽ വെടിയേറ്റ രണ്ടു മുറിവുകളുണ്ടായിരുന്നു. ഒ. പി. കരുണാകരനും ചേരിക്കല്ലിൽ കുഞ്ഞമ്പുവിനും ലാത്തിച്ചാർജ്ജിന്റെ ഫലമായ കനത്ത പരിക്കുകളായിരുന്നു. കരുണാകരന്റെ വലത്തെ ചുമൽപലക തോക്കിന്റെ പാത്തി കൊണ്ടുള്ള അടിയേറ്റ് തകർന്നു പോയിരുന്നു. കണ്ണിനും നല്ല ചതവുണ്ടായിരുന്നു.

വെടിയേറ്റ മരിച്ച കീനേരി കുഞ്ഞമ്പുവിനെ കളപ്പുരയുടെ മുന്നിൽ കൊണ്ടുവന്നു കിടത്തി... ചോരയിൽ കുളിച്ച എ. വി. യെ തെങ്ങിൽ വരിഞ്ഞു കെട്ടി. കെ. കൃഷ്ണൻ മാസ്റ്റർ, പുതിയടത്ത് രാമൻ, ചേരിക്കല്ലിൽ കുഞ്ഞമ്പു, ഒ. പി. കരുണാകരൻ എന്നിവരെ കയറു കൊണ്ട് വരിഞ്ഞു കെട്ടി കളപ്പുരയുടെ കോലായിലിട്ടു. തിടിൽ കണ്ണനെയും അതിനടുത്ത് കിടത്തി.

വെടിയേറ്റ പഴയ പുരയിൽ കണ്ണൻ ഒളിവിൽ പോയി. 20ദിവസം കഴിഞ്ഞിട്ടാണ് അദ്ദേഹത്തെ പിടികൂടിയത്. പുഞ്ചക്കര കുഞ്ഞിരാ മന്റെയും കെ. കെ. വി. രാമൻ നായരുടെയും പരിക്കൾ അത്യന്തം

പുതിയടത്ത് രാമൻ

ഗുരുതരമായിരുന്നു. പുഞ്ചക്കരയെ മംഗലാ പുരത്ത് കൊണ്ടുപോയി. ഗവണ്മെന്റ് ആശുപത്രിയിൽ വെച്ചാണ് അദ്ദേഹത്തെ അറസ്റ്റ് ചെയ്തത്. തോട്ടത്തിൽ കുഞ്ഞപ്പവിന്റെയും കെ. കെ. വി. രാമൻ നായരുടെയും മരണ മൊഴി കാഞ്ഞങ്ങാട് ആശുപത്രിയിൽ വെച്ച് രേഖപ്പെടുത്തിയിരുന്നു. എം എസ് പിക്കാരിൽ കോൺസ്റ്റബിൾ വേലുപ്പിള്ള യ്ക്കായിരുന്നു കൂടുതൽ പരിക്ക് പറ്റിയത്. 22 ദിവസം വേലുപ്പിള്ള പയ്യന്നൂർ ഗവണ്മെന്റ് ആശുപത്രിയിൽ കിടന്നു.

പി. കുഞ്ഞിരാമൻ, കെ. വി. കുഞ്ഞിക്കണ്ണൻ എന്നിവരുടെ നേതൃത്വ ത്തിൽ പുറപ്പെട്ട കിഴക്ക് നിന്നുള്ള ജാഥ പെരളത്തിന്റെ അതിർത്തി യായ കപ്പിപ്പാലത്തിനടുത്ത് എത്തിയപ്പോൾത്തന്നെ കുണിയനിൽ വെടിവെപ്പ് ആരംഭിച്ചതായി അറിഞ്ഞു. ഇനി ഒരു ജാഥയായി മുന്നോട്ട പോകുന്നതിൽ അർത്ഥമില്ലെന്ന കരുതി അവിടെ വെച്ച് നേതാക്കൾ ജാഥ പിരിച്ച വിട്ടുകയായിരുന്നു.

പയ്യന്നൂരിൽ നിന്ന് സർക്കിൾ ഇൻസ്പെക്ടർ കുണിയനിൽ എത്തി യശേഷമാണ് കടത്തിക്കൊണ്ടുപോകുന്ന നെല്ലിനോടൊപ്പം പച്ചോല യിൽ പൊതിഞ്ഞ എ. വി. കുഞ്ഞമ്പു, കെ. കൃഷ്ണൻ മാസ്റ്റർ, പുതിയടത്ത് രാമൻ, തിടിൽ കണ്ണൻ, കീനേരി കുഞ്ഞമ്പു എന്നീ 5 ശരീരങ്ങൾ കൂടി ചീനയിൽ കയറ്റി കവ്വായിപ്പുഴയിലേക്ക് ഇഴഞ്ഞു കയറിയത്. ചീനയിൽ വെച്ചാണ് തിടിൽ കണ്ണന്റെ കണ്ണുകൾ എന്നെന്നേക്കുമായി അടഞ്ഞത്. പയ്യന്നൂർ പോലീസ് സ്റ്റേഷനിൽ എത്തിയ ശേഷവും ജീവച്ഛവങ്ങളാ യിരുന്ന എ. വി. യെയും സഖാക്കളെയും തോക്കിൻ പാത്തികൊണ്ടും ഉരുക്ക് തൊപ്പി കൊണ്ടും ക്രൂരമായി മർദ്ദിച്ചിരുന്നു.

തിടിൽ കണ്ണൻ, കീനേരി കുഞ്ഞമ്പു എന്നിവരുടെ മൃതദേഹങ്ങൾ ബന്ധുക്കൾക്കോ പാർട്ടിക്കോ വിട്ട കൊടുത്തില്ല. മൂരിക്കൊവ്വലിലെ പൊതു ശ്മശാനത്തിൽ അടക്കുകയായിരുന്നു. അടിമകളെപ്പോലെ കഴിഞ്ഞ ഒരു ജനതയുടെ വീരോചിതമായ ചെറുത്തു നില്പിനെ ചോരയിൽ അവസാനിപ്പിച്ചതിന്റെ അഹന്തയിലായിരുന്ന ചിറക്കൽ കോവിലകവും പോലീസുമെല്ലാം. പക്ഷേ അത് കേവലം വ്യാമോഹ മായിരുന്നുവെന്ന് ചരിത്രം തെളിയിച്ചു.

കരിവെള്ളൂരിലെ
കിരാതവാഴ്ചയും കേസുകളും

ഇന്മി നാട്ടുവാഴിത്തത്തിനും ബ്രിട്ടീഷ് സാമ്രാജ്യത്വ ശക്തികൾക്കും അതിശക്തമായ തിരിച്ചടിയാണ് കരിവെള്ളൂർ നൽകിയത്. അതിന്റെ അപമാന ബോധം അവരെ വേട്ടയാടി. അതുകൊണ്ട് കരിവെള്ളൂരിനെയും അയൽ ഗ്രാമങ്ങളെയും മുഴുവൻ കടുത്ത ആക്രമണത്തില്ലൂടെ ചട്ട പൊട്ടിക്കാനാണ് അവർ തീരുമാനിച്ചത്. സമരത്തിന്റെ പേരിൽ കരിവെള്ളൂരിൽ പള്ളിക്കൊവ്വലിലെ കുഞ്ഞിക്കയ്യൻ മമ്മദിന്റെ ഇരുനില ക്കെട്ടിടത്തിൽ ഒരു താൽക്കാലിക പോലീസ് സ്റ്റേഷൻ പ്രവർത്തനമാ രംഭിച്ചു. അവിടെ സബ്ഇൻസ്പെക്ടറായി ചുമതലയേറ്റ മർദ്ദകവീരനും അഴിമതിക്കാരനുമായ കുമാരൻ ചിറക്കൽ കോവിലകം കാര്യസ്ഥൻ തിയ്യെരേത്ത് ഗോവിന്ദൻ നമ്പ്യാർ താമസിച്ചിരുന്ന വേങ്ങക്കോട്ടിലിൽ ആണ് കുടുംബ സമേതം താമസിച്ചത്. കുമാരന്റെ നേതൃത്വത്തില്ലുള്ള വിവരണാതീതമായ കിരാത വാഴ്ചയായിരുന്നു പിന്നീട് കരിവെള്ളൂരിൽ നടന്നത്. മിക്കവാറും പുരുഷന്മാരെല്ലാം നാട്ടുവിട്ട് ഒളിവിൽ പോയി. സ്ത്രീകൾ മാത്രമുള്ള വീടുകളെ എസ് ഐ കുമാരനും തെമ്മാടിക്കൂട്ടങ്ങ ളായ പോലീസുകാരും അവരുടെ വിഹാര രംഗമാക്കി. മനുഷ്യരെ പിടിച്ചു കൊണ്ടുപോയി ഇടിച്ച ചതയ്ക്കുന്ന കോൺസൻട്രേഷൻ ക്യാമ്പുകളെ ഓർമ്മിപ്പിച്ച പള്ളിക്കൊവ്വലിലെ പോലീസ് സ്റ്റേഷൻ. പിന്നീട് 1948 ഏപ്രിൽ മാസം മുനയം കുന്ന് സമര സേനാനി മാവിലാ ചിണ്ടൻ നമ്പ്യാരെ ചവിട്ടിക്കൊന്നത് ഈ സ്റ്റേഷനിൽവെച്ചാണ്.

കരിവെള്ളരിൽ വെടിവെപ്പ് നടന്ന സ്ഥലത്തുവച്ച് പത്രപ്രവർത്തകർ കൃഷിക്കാരിൽ നിന്ന് തെളിവ് ശേഖരിക്കുന്നു. അമ്പടയാളമിട്ട തെങ്ങിലാണ് എം. എസ്. പി. സഖാവ് ഏ. വി. കുഞ്ഞമ്പുവിനെ പിടിച്ചുകെട്ടിയത്. (ദേശാഭിമാനി 1947)

കരിവെള്ളൂർ സമരത്തിൽ പങ്കാളികളായ പോരാളികളുടെ കുടുംബാംഗങ്ങളെ പോലീസ് ലക്ഷ്യം വെച്ച് വേട്ടയാട്ടകയായിരുന്നു. സമരനായകനായ എ. വി. യുടെ പത്നി കെ. ദേവയാനിയാണ് നിരന്തരമായ പീഡനങ്ങൾക്കും ആക്രമണങ്ങൾക്കും ഇരയായത്. ഒരു വീട്ടിലും അവരെ അന്തിയുറങ്ങാൻ അനുവദിച്ചില്ല. അവർക്ക് അഭയം നൽകുന്നവരെയും ഭക്ഷണം കൊടുത്തവരെയും സഹായിക്കുന്നവരെയും തിരഞ്ഞു പിടിച്ച് അടിക്കുകയും പോലീസ് സ്റ്റേഷനിൽ കൊണ്ടുപോയി തല്ലിച്ചതക്കുകയും ചെയ്യു. വട്ടൂന്റെ കണ്ണൻ, പനയന്തട്ട കുഞ്ഞമ്പു നമ്പ്യാർ, അയിത്തല കൃഷ്ണൻ, വാഴക്കോടൻ കോമൻ, ചേന്തട്ട കര ണാകരൻ, ചേന്തട്ട രാഘവൻ, കാടൻ അമ്പാടി, കിഴക്കേ വീട്ടിൽ കണ്ണൻ ഇടങ്ങി എ. വി. യുടെ വീടിന്റെ അയൽവാസികളെല്ലാം ഇങ്ങനെ ദേവയാനിക്ക് സംരക്ഷണം നൽകിയതിന്റെ പേരിൽ ക്രൂരമായി പോലീസ് മർദ്ദനം അനുഭവിക്കേണ്ടി വന്നവരാണ്. അയൽ വീട്ടുകാർ സഹിക്കേണ്ടി വരുന്ന ഈ മർദ്ദനമോർത്ത് അവർ സ്വന്തം വീട്ടിൽ താമസിക്കാൻ ഇടങ്ങിയപ്പോൾ എസ് ഐ കുമാരന്റെ നേതൃത്വ ത്തിൽ അസഹ്യമായ തെറി വിളിയും പാത്രങ്ങളും വീട്ടുപകരണങ്ങളും തല്ലിത്തകർക്കലും പതിവായി. ഗർഭിണിയായിരുന്നിട്ടും ഒരു ജീവിത മാർഗ്ഗവുമില്ലാതെ കാട്ടിലും വയലിലും കൂലിപ്പണിയെടുത്ത് അവർക്ക് ജീവിക്കേണ്ടി വന്നു. പോലീസിന്റെ ഭീഷണിയും പീഡനവും സഹിയാതെ പലിയേരിക്കൊവ്വലില്ലുള്ള ഒരു ശ്മശാനത്തിൽ അവർക്ക് ആഴ്ചക ളോളം ഒളിച്ച കഴിയേണ്ടി വന്നു. കരിവെള്ളൂർ സമരത്തെത്തുടർന്നുള്ള പോലീസ് തേർ വാഴ്ചയുടെ കാലത്തെ ചോരയും കണ്ണീരും കഴഞ്ഞ സ്ത്രീ ജീവിതമാണ് കെ. ദേവയാനിയുടേത്. മറ്റൊരു സമര നായകനായ

പയങ്ങപ്പാടൻ കുഞ്ഞിരാമന്റെ ഭാര്യ കുന്നമ്മൽ ശ്രീദേവിയെ പോലീസ് പലവട്ടം അതിഭീകരമായി മർദ്ദിക്കുകയുണ്ടായി. പി. കുഞ്ഞിരാമനെ അന്വേഷിച്ചെത്തിയ പോലീസ് ഒളിവിലായ അദ്ദേഹത്തെ കിട്ടാത്തതി ന്റെ പക മുഴുവൻ ശ്രീദേവിയുടെ ദേഹത്താണ് തീർത്തിരുന്നത്. എംപി കണ്ണന്റെ ഭാര്യ കാര്യത്ത് കുമ്പ, പുതിയടത്ത് രാമന്റെ ഭാര്യ നീലിയൻ വീട്ടിൽ ചെറിയ ഇടങ്ങി നിരവധി സ്ത്രീകൾ പോലീസ് അതിക്രമത്തിന്റെ ദുരിതങ്ങൾ അനുഭവിക്കേണ്ടി വന്നവരാണ്.

എ. വി. കുഞ്ഞമ്പു ഒന്നാം പ്രതിയായി 197 പേരെ പ്രതി ചേർത്താണ് 1946 ഡിസംബർ 20 ന്റെ കരിവെള്ളൂർ സമരത്തിന്റെ പേരിൽ കേസ് ചാർജ്ജ് ചെയ്തത്. ക്രൈം നമ്പർ 84 / 1946 ആയി പയ്യന്നൂർ പോലീസ് സ്റ്റേഷനിൽ ചാർജ്ജ് ചെയ്ത കേസിൽ ഒളിവിൽ പോയ 14 പ്രതിക ളിൽ രണ്ടുപേരെ പിന്നീട് അറസ്റ്റ് ചെയ്തു. കണ്യാട്ട് ഗോവിന്ദൻ നായർ, തൈവളപ്പിൽ കണ്ണൻ എന്ന രണ്ട പേർക്ക് മാത്രം എസ് സി നമ്പർ 18 / 47 ൽ പ്രത്യേകം കേസ് എടുത്തു. 12 പേരെ പിടി കിട്ടിയില്ല. 1947 സപ്തംബർ 25 ന് നോർത്ത് മലബാർ ഡിവിഷൻ സെഷൻസ് കോടതി, തലശ്ശേരി ജഡ്ജി ശ്രീ. പി. വി. കൃഷ്ണ സ്വാമി അയ്യർ ആണ് വിധി പറഞ്ഞത്. വിചാരണ ചെയ്ത 75 പേരിൽ 66 പേരെ കോടതി ശിക്ഷിച്ചു. 9 പേരെ വെറുതെ വിട്ടു. 1947 മെയ് 15 ന് തലശ്ശേരി ജോയിന്റ് മജിസ്ട്രേട്ട് എച്ച്. കെ. മാത്യുസ് ഐ സി എസ് തെളിവില്ലാത്തതിന്റെ പേരിൽ 39 പേരെയും മെയ് 17 ന് 70 പേരെയും വെറുതെ വിട്ടു. ഒരു പ്രതിയെ ചിത്തരോഗം കാരണം വിസ്തരിച്ചില്ല.

കരിവെള്ളൂർ കേസ് പ്രതികൾക്ക് വേണ്ടി വി ആർ. കൃഷ്ണയ്യർ, കെ. ശങ്കരമേനോൻ, നാരായണൻ നമ്പ്യാർ, പി. പി. അനന്തനാരായണ അയ്യർ എന്നീ പ്രഗത്ഭമതികളായ അഭിഭാഷകരാണ് കോടതിയിൽ ഹാജരായത്. 25. 09. 47 ന്റെ സെഷൻസ് വിധിയനുസരിച്ച് ഒന്നാം പ്രതി എ. വി. കുഞ്ഞമ്പുവിന് 10 വർഷം കഠിന തടവാണ് ശിക്ഷ. രണ്ടാം പ്രതി കൃഷ്ണൻ മാസ്റ്റർ, മൂന്നാംപ്രതി പുതിയടത്ത് രാമൻ നാലാം പ്രതി ചേരിക്കല്ലിൽ കുഞ്ഞമ്പു എന്നിവർക്ക് 8 വർഷം കഠിന തടവ്. വ്യത്യസ്ത വകുപ്പുകളിൽ ശിക്ഷ ഒരുമിച്ചനുഭവിച്ചാൽ മതി എന്നതിനാൽ മൂന്നം നാല്യം വർഷം തടവ് ശിക്ഷയ്ക്ക് ശേഷം പുറത്തിറങ്ങാൻ കഴിഞ്ഞു. പക്ഷേ കേസിലെ 186 പ്രതികൾക്കും 9 മാസക്കാലം റിമാൻഡ് തടവ്വുകാരായി ജയിലിൽ കഴിയേണ്ടി വന്നു. പയങ്ങപ്പാടൻ കുഞ്ഞിരാമൻ ഒളിവിലായി രുന്നുവെങ്കിലും പിന്നീട് വിചാരണ ചെയ്ത 18. 2. 52 ന് 6 മാസത്തേക്ക് ജയിൽ ശിക്ഷ വിധിച്ചിരുന്നു.

കരിവെള്ളൂക്കേസ്സിലെ പ്രതികളെ പോലീസ് ലോറിയിൽ കോടതിയിലേക്കുകൊണ്ടുപോകുന്നു.

കേസിലെ 197 പ്രതികളിൽ പലരും 1946 ഡിസംബർ 20 ന് കരി വെള്ളൂരിൽ ഉണ്ടായിരുന്നവരല്ല. പരിസരഗ്രാമങ്ങളിലെ എത്രയോ കമ്മ്യൂണിസ്റ്റ് പാർട്ടി പ്രവർത്തകരെ ഈ കേസിൽ പെടുത്തിയിരുന്നു. അതുപോലെ സംഭവവുമായി ഒരു ബന്ധവുമില്ലാത്ത കൈത്തൊഴിലുകാ രെയും മറ്റ തൊഴിലാളികളെയുമെല്ലാം പോലീസ് പിടിക്കൂടി കേസിൽ പെടുത്തിയിരുന്നു.

കരിവെള്ളൂർ നിസ്വരായ മനുഷ്യർ സ്വന്തം ജീവരക്തം കൊണ്ട് അത്യൂജ്ജ്വലമായ സമര ചരിത്രം എഴുതിയ നാടാണ്. ഭൂമിക്കും ഭക്ഷണ ത്തിനും സ്വാതന്ത്ര്യത്തിനുംവേണ്ടിയുള്ള പോരാട്ടങ്ങൾ ലോകമെങ്ങും തുടർന്നു കൊണ്ടിരിക്കുമ്പോൾ കരിവെള്ളൂർ സമരം ഭാവിയിലേക്കുള്ള ച്ചൂണ്ടു പലകയാണ്. ചിറക്കൽ കോവിലകം അടക്കമുള്ള ജന്മിമാരും നാട്ട വാഴികളും കൊമ്പ് കുത്തുന്നത് കരിവെള്ളൂർ സമരത്തോടെയാണ്. പത്തു വർഷത്തിനുള്ളിൽ 1957 ൽ കേരളത്തിൽ കമ്മ്യൂണിസ്റ്റ് പാർട്ടി തെരഞ്ഞെടുപ്പിലൂടെ അധികാരത്തിൽ വന്നു. ഇന്ത്യയിൽ ആദ്യമായി ജന്മിത്തത്തിന് അന്ത്യം കുറിക്കുന്ന ഭൂപരിഷ്ക്കരണ നിയമം പാസ്സാക്കി. വാരവും പാട്ടവും ഇല്ലാതായി. കൃഷിഭൂമി മണ്ണിൽ പണിയെടുക്കുന്നവർക്ക് അവകാശപ്പെട്ടതായി. കരിവെള്ളൂരിന്റെ മക്കളുടെ ഒരു തുള്ളി രക്തവും പാഴായിട്ടില്ല. പോരാട്ടങ്ങൾ ഒരിക്കലും വിഫലമായില്ല. വന്നെത്തുന്ന ഓരോ തലമുറകളും ഈ നാട് പട്ടുത്തയർത്തിയ പിതാക്കളെ ഓർക്കു ന്നു. കരിവെള്ളൂർ പോരാട്ടം തുടരുകയാണ്...